சீனிவாசன் சிறுகதைகள்

சீனிவாசன்

கவிதா பப்ளிகேஷன்

தபால் பெட்டி எண் : 6123
8, மாசிலாமணி தெரு, பாண்டி பஜார்,
தி. நகர், சென்னை - 600 017.
℗ 2436 4243, 2432 2177

சீனிவாசன் சிறுகதைகள்
சீனிவாசன்

முதற் பதிப்பு : ஜனவரி, 2017

விலை : ₹ 110/-

SRINIVASAN SIRUKATHAIGAL
By **SRINIVASAN**
First Edition : January, 2017
Pages : 144

Published by:
KAVITHA PUBLICATION
Post Box No. : 6123
8, Masilamani Street,
Pondy Bazaar,
T. Nagar, Chennai - 600 017.
℗ 2436 4243, 2432 2177
Telefax: 044-2436 4243
E-mail : kavitha_publication@yahoo.com
         kavithapublication@gamil.com
website : www.kavithapublication.in

ISBN : 978-81-8345-633-3
Price : ₹ 110/-

ஒளி அச்சு	:	சு. அசோக்குமார்
அச்சிட்டோர்	:	அருணா எண்டர்பிரைசஸ், சென்னை.

மு. மேத்தாவின் முன்னுரை

சீனிவாசன் அய்யாவின் சிறுகதைத் தொகுப்பு இது.

பேராசிரியர், மெய்கண்டார் ஆசிரியராக இருந்து நடத்தும் 'இளந்தமிழன்' மாத இதழில் வெளிவந்த கதைகள் இவை.

மாதம் ஒரு சிறுகதையாய் மலர்ந்து – ஒரு புத்தகப் பூ மாலையாய் இங்கே புகழ்மணம் வீசுகிறது இந்நூல். ஓய்வு பெற்ற ஆதிகாரி ஒருவரின் உள்ளத்திற்குள் உட்கார்ந்திருந்த எழுத்தாளன் ஒருவன் இதில் எழுந்து நிற்கிறான்.

ஒப்பனைகள் இல்லாத கதாபாத்திரங்களை உருவாக்கி உயிர்ப்போடு உலவ விடுகிறார் ஆசிரியர்.

நகரம், கிராமம் எதுவாக இருந்தாலும் – நடமாடும் மனிதர்களால்தான் பெருமைபெறுகிறது; பேசப்படுகிறது!

இக்கதைத் தொகுப்பில் உலாவரும் பாத்திரப் படைப்புகள் அனைத்தும் நம் நெஞ்சைக் கவர்கின்றன. நினைவில் தங்கிவிடுகின்றன.

காமுப்பாட்டி, மண்ணாங்கட்டி, அண்ணாவி, சின்னராசு, சுந்தரத் தேவர், சூரி, அய்யாசாமி, மங்கையர்க்கரசி, பிரியா, மரமேறி என்று இத்தொகுப்பில் நடமாடும் கதைமார்தர்களெல்லாம் நம்மைச் சுற்றி இரத்தமும் சதையுமாக நடமாடுபவர்களே!

ஒவ்வொரு ஊரிலும் ஒவ்வொரு தெருவிலும் உலா வருபவர்களே.

ஹாரி பாட்டர் கதைகளைப் போல் ஆகாயக் கம்பளத்தில் அதிசயம் நிகழ்த்தாமல் - பக்கத்து வீட்டுக்காரர்களைப் போல் நம் மனதில் பதிந்து விடுகிறார்கள் இதில் வரும் பாத்திரப் படைப்புகள்.

கற்பனைக்கும் ஒப்பனைக்கும் அதிக வேலை வைக்காமல் கண்ணெதிரே காண்பதைச் சுவையாகப் படம் பிடித்துக் காட்டும் ஜீவனுள்ள ஒளிப்பதிவுக் கருவியாய் சீனிவாசனின் பேனா செயல்படுகிறது.

அமெரிக்காவில் மகன் படிப்பதற்காகத் தன் நிலத்தை விற்றுப் பணத்தை ரயிலில் கொண்டுவரும் அப்பாசாமியின் பறிபோன பணம் பத்திரமாய்க் கிடைத்து விடுகிறது - திருடனின் உயிரைப் பறித்துக் கொண்டு.

சத்தியவான்கள் சோதிக்கப்படலாம் - ஆனால் பாதிக்கப்பட மாட்டார்கள் என்பதற்கு, 'அவன்' சிறுகதையும் சாட்சியம் கூறுகிறது. இந்த நம்பிக்கையில்தான் நல்லவர்களின் வாழ்க்கை நகர்ந்து கொண்டிருக்கிறது.

இந்நூலில் - இடம் பெறும் சிறுகதைகளில் வரும் ஒவ்வொரு கதாபாத்திரமும் நம் உணர்வுகளோடு உறவாடிக் கைகுலுக்குகிறது.

கதாசிரியர் புது சீனிவாசன் அவர்களைப் பாராட்டி நாமும் கை குலுக்குவோம்!

என்றும் உரிய அன்புடன்,
மு. மேத்தா

வாழ்த்துகள்!

நண்பர் புது சீனிவாசனை எனக்குக் கடந்த சில ஆண்டுகளாகத்தான் பழக்கம். தமிழ்ப் புத்தக நண்பர்கள் அமைப்பில் அவர் ஆர்வத்தோடு கலந்து கொள்ளத் தொடங்கிய பிறகுதான் எனக்கு அவர் நட்பு கிடைத்தது.

அவர் 'இளந்தமிழன்' இதழில் எழுதிய சில கதைகளைத் தொகுத்து என்னிடம் தந்த போது அவருடைய உற்சாகம் குறித்து மகிழ்ச்சி ஏற்பட்டது. காரணம் அவர் வெறும் நண்பர் மட்டுமல்ல, ஓர் எழுத்தாளரும் கூட என்பதால் ஏற்பட்ட மகிழ்ச்சி அது.

சீனிவாசன் முழுக்க முழுக்கக் கற்பனையில் தன் படைப்புகளை உருவாக்கவில்லை என்பது 'வேகா கொல்லை' தொடங்கி, 'நம்பினார் கெடுவதில்லை' வரை எழுதியிருக்கும் சிறுகதைகளிலிருந்து புரிந்தது. அவை கட்டுரையின் வடிவில் இருந்தாலும், பின்னணியைத் தொடக்கத்தில் அறிமுகம் செய்துவிட்டு, தொடர்புடைய பாத்திரங்களை மெல்ல மெல்ல நகர்த்துகிறார். வடிவேலு படையாச்சியின் நான்காவது குழந்தையாவது பிழைத்திருக்க வேண்டுமே என்று குடும்பத்தினர் மேற்கொள்ளும் சடங்கும், அவனுடைய திறமையைக் கண்டு தலைமை ஆசிரியர் மகிழ்வதும் இயல்பாக இருக்கின்றன. 'வெள்ளையனே வெளியேறு' என்று கூக்குரலிட்டவர்கள், அவன் காலி செய்த இடத்தில் உட்கார்ந்துகொண்டு, கொள்ளையர்களாக மாறிவிட்டார்களாம். பகுத்தறிவுப் பாசறையில் பயிற்சி பெற்று, புதுப் படையெனப் புறப்பட்டவர்கள்கூட, பதவியிலே பவிசாக அமர்ந்தார்களே அன்றி, ஊருக்கு உழைக்கவில்லை போன்ற

சாடல்கள் அவர் அரசியல் நிலைமையை எப்படி நாசுக்காக எடுத்துச் சொல்கிறார் என்று புரிய வைக்கின்றன.

'சுமை தூக்கி' அண்ணாவியின் வாழ்க்கையை அவர் சொல்லும் வார்த்தைகளில் துக்கம் இழையோடுகிறது. மகனாவது போர்ட்டராக இல்லாமல் ரயில்வேயில் நல்ல வேலையில் சேர வேண்டுமென்று உழைக்க, அவனுடைய துரதிர்ஷ்டம் மகனும் சுமைதாங்கியாகவே வாழ நேர்வது ஒரு சோகம். 'மனிதர்கள் மாறினாலும்' சொந்த வாழ்க்கையின் ஒரு பகுதி. ஆனால் அதில் சமூகம் ஒரு கட்டத்தில் எப்படி இருந்தது என்ற தகவல் கிடைக்கிறது. முடிவில் இருக்கும் ட்விஸ்ட் அல்லது திருப்பம் மனிதர்கள் மாறினாலும், சமூகம் அப்படியேதான் நிலைத்து நின்றுவிடுகிறது என்பதை வலியுறுத்துகிறது.

'கானல் வரிகளி'ல் யதார்த்தமான உரையாடலைக் கையாண்டிருக்கிறார் சீனிவாசன். படிக்க ஆசைப்பட்ட மகனை திருவரங்கத்துக்கு அழைத்து வந்து பள்ளிக்கூடத்தைக் காட்டிவிட்டு, 'பள்ளிக்கூடம் பார்க்கணும்னே. பார்த்தாச்சல்ல? ஊருக்குப் போய் நம்ம பொளைப்பைப் பார்ப்போம்' என்று இழுத்து வரும் தகப்பனின் பிள்ளை, தான் படிக்காவிட்டாலும் தன் மகனாவது படிக்கட்டும் என்று உறுதிபூணும் செய்தியைக் 'கல்லாமையும் கல்வி தரும்' சொல்கிறது.

ஆண்டாள் அம்மாளின் மூன்று மூத்த புதல்வர்களும் அவளுக்கு இறுதிச் சடங்கு செய்ய இயலாமல் போய்விடும்போது, கடைசி மகன், 'உதவாக்கரை' என்று ஒதுக்கிவைக்கப்பட்ட செல்லம் தன் தாய்க்குக் கொள்ளியிட்டதைச் சொல்லும்போது மனித உறவு விவாதிக்கப்படுகிறது. வீட்டு வேலைக்கு வரும் காமாட்சியின் மகள் அழகம்மைக்குக் கல்வி அளித்தபின், பதினான்கு வயதில் அவள் "இனிமே எனக்குப் படிப்பு வேண்டாம்யா" என்று கூறிவிட்டு, "எனக்கு வீடு வாசல்னு இல்லாம் இருக்கலாம். ஆனா கையும் காலும் இருக்கு. நான் பொழச்சுப்பேன்" என்று சொல்கிறாள்.

காலில் நூல் சிக்கிக்கொண்டு, பறக்க இயலாமல் தவிக்கும் காக்கைக்கு உதவ முன்வந்து, காக்கைக் கூட்டம் தன்னைத்

துரத்தும்போது, "அந்தக் காக்கைகளுக்கும், நாலு பேர் எதாவது சொல்வார்கள்" என்று அழகம்மை குறிப்பிடும் நாலு பேருக்கும் என்ன வேறுபாடு என்று கேட்கிறார் ஆசிரியர் சீனிவாசன்.

'கேள்விகள் தொடரும்', 'மனம் படும்பாடு' எல்லாமே அனுபவத்தின் வெளிப்பாடுகள். சீனிவாசன் தன் எழுதும் திறமையை வீணாக்கிவிடாமல், கற்பனையையும் ஒரேயடியாகச் சார்ந்திராமல், படிக்கிறவர்களைச் சிந்திக்க வைக்கவேண்டும் என்ற ஒரே நோக்கோடு, தம் தொகுப்பை வாசர்களான உங்களிடம் தந்திருக்கிறார். இவை எல்லாம் சிந்தனைக்கு விருந்தாக மட்டுமல்லாமல், செயலுக்கும் ஊக்கம் விளைவிக்க வேண்டும் என்பதே அவர் எண்ணமாக இருக்கும் என்று நம்புகிறேன்.

நண்பர் புது சீனிவாசனுக்கு என் வாழ்த்துகள்.

- சாருகேசி

ஆசிரியர் உரை

இச்சிறுகதைத் தொகுப்பில் உள்ள அனைத்து சிறுகதைகளும் நான் கண்ட மனிதர்கள், பார்த்த நிகழ்வுகள், அனுபவித்த காட்சிகள், சிந்தித்த எண்ணங்கள் இவற்றால் உருவானவை. என் எழுத்தில் பண்பட்ட எழுத்தாளனின் துடிப்பு இல்லாமல் இருக்கலாம். ஆயினும் மழலையின் மொழியில் உள்ள உணர்வு உறுதியாக உண்டு.

என்னை எழுதத் தூண்டியவர் ஆசிரியர் மெய்கண்டார் அவர்கள். அறுபது ஆண்டுகளுக்கு முன்னர் பொறியியற் கல்லூரியில் மாணவனாக இருந்த பொழுது ஆந்தோன் சேகவ் அவர்களின் சிறுகதைகளால் ஈர்க்கப்பட்டு அவருடைய பிறர் துயரம் என்ற சிறுகதையை மொழிபெயர்த்து மஞ்சரி இதழுக்கு அனுப்பினேன். தி.ஜ.ர. அவர்கள் அதனை உடனே வெளியிட்டதோடல்லாமல் மேலும் பல மொழிபெயர்ப்பு கதைகளைப் பெற்று தொடர்ந்து வெளியிட்டார்கள்.

அதன் பின்னர் நெய்வேலி அனல் மின்நிலையம், நாகார்ஜூனசாகர் புனல் மின் நிலையம், கோவா, கார்வார், பாம்பன் முதலிய இடங்களில் பாலங்கள் உருவாக்கும் பணிகளில் ஈடுபட்டேன். வீட்டைக் கட்டிப் பார் என்பார்கள். சிறிய வீடு கட்டுவதற்கே அப்படியென்றால் பெரிய கட்டுமானப் பணிகளில் ஈடுபட்டிருந்த நான் பாதை மாறிப் போனதில்பிழை யொன்றும் இல்லை. நிற்க

பாண்டியன் பைந்தமிழ் பதிப்பக உரிமையாளர் காலம் சென்ற கலைமணி அவர்கள் மஞ்சரியில் வெளிவந்த என்னுடைய

மொழிபெயர்ப்பு சிறுகதைகளின் தொகுப்பை விளம்பரப் பெண் என்ற தலைப்பில் நூலாக வெளியிட்டார். அந்த நூலைப் பார்த்த திரு மெய்கண்டார் அவர்கள் மிகவும் ஈர்க்கப்பட்டு அதிலிருந்து ஒரு கதையை அவர் நடத்திவரும் இளந்தமிழனில் வெளியிட்டதோடல்லாமல் என்னை எழுதவும் தூண்டினார். அவருடைய தூண்டுதல் இல்லாமலிருந்தால் நான் வாசகனாகவே இருந்திருப்பேன்.

இருபதுக்கும் மேற்பட்ட கதைகளை அவர் வெளியிட்டார். அவருக்கு இந்த நூலை காணிக்கை யாக்குவது என் கடைமை. மேலும் கலைமகள், கணையாளி இதழ்களிலும் இரு கதைகள் வெளிவந்தன. கலைமகள் ஆசிரியர் கீழாம்பூர் அவர்களுக்கும் கணயாழி ஆசிரியர் மாரா அவர்களுக்கும் என் நன்றி. முன்னுரை தந்த கவிஞர் மு மேத்தா அவர்களுக்கும் வாழ்த்துரை வழங்கிய திரு சாருகேசி அவர்களுக்கும் பேராசிரியர் ஆ.இரா. வேங்கடாசலபதி அவர்களுக்கும், நண்பர் ஆர்விராஜன் அவர்களுக்கும் என் நன்றி.

இந்நூலை சிறப்பாக வெளியிட்ட கவிதா பப்ளிகேஷன் உரிமையாளர் திரு சேது சொக்கலிங்கம் அவர்களுக்கும் மற்றும் பதிப்பக அலுவலர்களுக்கும் என் நன்றி.

பொருளடக்கம்

		பக்கம்
1.	வேகா கொல்லை	11
2.	சுமை தூக்கி	16
3.	அதிர்ஷ்டசாலியா(ர்)?	21
4.	மனிதர்கள் மாறினாலும்	23
5.	உற்சவமூர்த்தியும் ஊசியும்	30
6.	கானல் வரிகள்	33
7.	கல்லாமையும் கல்வி தரும்	41
8.	சிறு துரும்பும்...	46
9.	இறக்கைகள் மட்டும் போதுமா?	52
10.	ஒரு தாய் மக்கள்	59
11.	களத்து மேடு	64
12.	அழைப்பு மணியை அடித்தவர்	70
13.	கேள்விகள் தொடரும்	72
14.	மனம் படும் பாடு	78
15.	அந்திப் பொழுதில் அடுத்தடுத்த நிகழ்வுகள்	84
16.	யாருக்கு எதுவோ?	88
17.	பிரியாவின் மின்னஞ்சல்	93
18.	மரமேறி	102
19.	அன்றே மறப்பது நன்று	108
20.	கன்று முதவுங் கனி!	112
21.	அதுவும் அன்றே...	119
22.	நம்பினார் கெடுவதில்லை	124
23.	அவன்	129
24.	அகத்தூய்மை	136
25.	அம்மாவின் பார்வையில்	141

1

வேகா கொல்லை

அந்த நதி கருட நதியாக இருந்து கடில நதியாக மருவிய போதும் அதன் கரையில் அமைந்துள்ள திருத்தலங்கள், திருநாவலூர், திருவாமூர், திருவதிகை, திருமாணிக் குழி, திருவஹிந்திபுரம், திருப்பாப்புலியூர் காலத்தால் குலையாமல் புகழோடு உள்ளன. அந்த நதியின் தென்கரையில் உள்ள திருஹிந்திரபுத்தை ஒட்டியுள்ள மண்மேடு ஔஷதகிரி என்று வைணவர்களால் வர்ணிக்கப்படுகிறது. அங்கிருந்து தொடங்கி தெற்கே முழுபெருங்குன்றம் என புலவர்களால் பகரப்படுகின்ற விருத்தாசலம் வரையிலும் ஒரே செம்மண் காடு, சிவபெருமான் திரிபுரமும் எரித்ததற்கு சாட்சியாக இருக்கிறது. அந்த செம்மண் காட்டிலும் ஒரு வெண்மண் பூமி 'வேகாகொல்லை' என்ற குக் கிராமம் குள்ளஞ்சாவடி காடாம்புலியூர் குறுக்கு சாலை அருகில்.

வேகா கொல்லையில் வடிவேலு படையாச்சி வெந்த உள்ளத்தோடு வாழ்கிறார். இல்லை; வாழ்கிறவர் என்பதையும்விட உயிரோடு இருக்கிறார் என்பதே சரி. எண்பதைக் கடந்தவர் அவருக்கு நினைவு தெரிந்த இந்த எழுபதாண்டுகளில்.

வடிவேலு படையாச்சிக்கு அடுத்தடுத்து பிறந்த மூன்று ஆண் குழந்தைகளும் இறந்து போக நான்காவதாக குழந்தை

பிறந்தபோது தாயின் கர்ப்பப்பையிலிருந்து வெளி வந்ததும் வராததுமான பச்சைக் குழந்தையை பக்கத்து வீட்டில் பதுக்கி வைத்துவிட்டு, வீட்டுத் துளியில் ஒரு மண்பொம்மையைப் போட்டு அதைச் சுற்றிலும் உறவுப் பெண்கள் நாலு பேர் உட்கார்ந்து கொண்டு வாயிலும் வயிற்றிலும் அடித்த வண்ணம் ஒப்பாரி வைக்க 'பிள்ளை செத்துப் போச்சு பிள்ளை செத்துப் போச்சு' என்று இழவு சேதி சொல்லி ஊரைக் கூட்டி மண் பொம்மையை மயானத்திற்கு எடுத்துச் சென்று மண்ணிலே புதைத்து ஈமச் சடங்கு செய்து மறுநாள் காரியம் முடிந்த பிறகு பதுக்கி வைத்திருந்த பச்சைக் குழந்தையை எடுத்து பாலூட்டி, சீராட்டி 'மண்ணாங்கட்டி' என்று பெயர் சூட்டி வளர்த்தார்கள்.

அப்படி செய்தால் அந்த குழந்தை இறந்து போகாதாம்!

அப்படி ஒரு நம்பிக்கை.

அடுத்து பதினைந்து ஆண்டுகளில் இளவரசம் பட்டு, கூரைப் பேட்டை, பெரமாத்தூர், வெள்ளையங்குப்பம், புதுக்குப்பம் என்று பல கிராமங்கள் அழிந்து நெய்வேலி நகரும் நகரைச் சுற்றி பல பெருந் தொழிற்சாலைகளும் உருவான போதிலும் வடிவேலு படையாச்சியின் வாழ்க்கையில் அப்படியொன்றும் அதிசயிக்கத் தக்க மாறுதல்கள் நிகழ்ந்து விடவில்லை.

மண்ணாங்கட்டி காடாம் புலியூர் ஹைஸ்கூலில் பள்ளி இறுதிவரை படித்து விட்டான் என்பதைத்தவிர, படித்துவிட்டான் என்று அவ்வளவு சுருக்கமாக சொல்வது அவனது கல்வியறிவுக்கு அவமரியாதை செய்வதாக முடியும்.

மண்ணாங்கட்டி பெயருக்குத்தான் மண்ணாங்கட்டி, படிப்பிலே படுசுட்டி. செத்துப்போன அத்தனை குழந்தைகளின் அறிவையும் ஆற்றலையும் அபகரித்துக் கொண்டதுபோல அவ்வளவு சுறுசுறுப்புடன் சூரப்புலியாக இருந்தான்.

பள்ளியிறுதித் தேர்வில் மாவட்டத்திலே முதல் மார்க் வாங்கி காடாம்புலியூர் ஹைஸ்கூலுக்கு பெருமை தேடித் தந்தான்.

தலைமையாசிரியருக்கு தாங்க மாட்டாத மகிழ்ச்சி.

வடிவேலு படையாச்சியை அழைத்து பையனை எப்படி யாவது மேலே படிக்க வைக்க வேண்டி தன்னாலான உதவியை செய்வதாகவும் வாக்களித்தார். 'நல்லா படிக்கிற பிள்ளை படிக்கட்டுமே. பக்கத்திலே நெய்வேலியிலே எதிலாவது நொழைச்சிடலாம்' என்று எண்ணி அண்ணாமலை பல்கலைக் கழகத்தில் பையனைச் சேர்த்தார்.

அங்கு ஆரம்ப காலத்தில் மண்ணாங்கட்டி, மணிவண்ண னாக மாறினான். நாட்கள் நகர நகர நண்பர்கள் அவரவர்கள் மனோபாவத்திற்கேற்ப பிரிந்தும் நெருங்கியும் பழகினார்கள். விளையாட்டில் விருப்பம் உள்ளோர், சினிமாவில் சுவை காண்போர், கலை இலக்கியங்களில் ஈடுபாடு உள்ளோர், அரசியலில் அக்கரை காட்டியவர்கள் என்று பல்வேறு பகுதியினராகப் பிரிந்தும் சேர்ந்தும் வாழ்ந்தனர்.

இந்திய தேசத்தின் பிரிவினை கால வரலாற்றை நினைவு கூர்ந்தபோது மவுண்ட் பேட்டன் சொன்னாராம், "சரித்திரம் சில நேரங்களில் கடலில் ஆழ்ந்து மிதக்கும் பனிமலைபோல மெல்ல நகர்கிறது. சில நேரங்களில் கோடை மழையில் காட்டாற்று வெள்ளம் போல வெகுவேகமாகப் போகிறது. சரித்திரத்திற்கு மட்டும் தான் இந்த நியதியா? மனித மனத்திற்கும் இது பொருந்தும் போலும். இல்லாவிட்டால் கடந்த பதினைந்து பதினாறு ஆண்டுகால கட்டத்தில் மண்ணாங்கட்டியிடம் தோன்றாத மாறுபாடுகள் இந்த இரண்டாண்டுகளில் மணிவண்ணனிடம் தோன்றுவானேன்.

விஞ்ஞானப் பிரிவு மாணவனுக்கு வீர வரலாற்றிலே ஒரு விருப்பு பிடிப்பு. சிட்டகாங் வீரர்களின் தீரச் செயல்களும், நல கொண்டா விவசாயிகளின் விடுதலைப் போராட்டமும் அவன் இளம் உள்ளத்தை ஆட்கொண்டன. கல்பனா தத்தும் ரவி நாராயண ரெட்டியும் அவன் நெஞ்சிலே நீங்கா இடம் கொண்டனர். புத்தரும் காந்தியும் தோன்றிய மண்ணிலே பிறந்த மணிவண்ண னுக்கு மா சேதுங்கும் செ குவேராவும் மானசிகத் தலைவர்களா னார்கள்.

மணிவண்ணனுக்கு ஒரே அவேசம், ஆத்திரம், அங்கலாய்ப்பு. இந்த சமுதாயம் சுரண்டப்படுகிறதாம்.

'வெள்ளையனே வெளியேறு' என்று கூக்குரலிட்டவர்கள் அவன் காலி செய்த இடத்தில் உட்கார்ந்து கொண்டு கொள்ளையர்களாக மாறி விட்டார்களாம். பகுத்தறிவுப் பாசறையில் பயிற்சிப் பெற்று புதுப் படையென புறப்பட்டவர்கள் கூட பதவியிலே பவிசாக உட்கார்ந்தார்களேயன்றி ஊருக்கு உழைக்கவில்லையாம். "வாய்மையே வெல்லும்" என்பது கூட "வாயுள்ள பிள்ளை பொழைக்கும்" என்ற பழமொழியின் கவர்ச்சிகரமான புதுத் தோற்றமாம். வாயுள்ளோர் பிழைத்துக்கொண்டால் கையுள்ளார், காலுள்ளோர் என்ன ஆவதாம்? சுரண்டப்படுகின்ற சமுதாயமும் புரையோடிப்போன உடலும் ஒன்றுதானாம். அது அழிந் தொழிந்தால்தான் பாரதிகண்ட புதியதோர் உலகு செய்ய இயலுமாம். அதிகாரமும் அடக்குமுறையும் ஆவேசக் கருத்துகளை அழிக்க முடியாதாம்.

மணிவண்ணனுக்கு ஒரே உத்வேகம். எப்படியும் புரட்சிக்கு வித்திட வேண்டும் என்ற வீரியம். இந்த நேரத்தில் நெய்வேலி நிலக்கரி நிறுவனம், நெல்லிக்குப்பம் சர்க்கரை ஆலை, வடலூர் பீங்கான் தொழிற்சாலை, கடலூர் உரக் கம்பெனி முதலிய இடங்களில் கூலித் தகராறை வெகுவாக வளர்த்துவிட்டு பிறகு நிர்வாகத்திடம் செய்து கொண்ட ஒப்பந்தத்திலுள்ள ஓட்டைகளைப் பற்றிக் கொண்டு தீவிரவாதிகள் தலையெடுத்தார்கள். நிர்வாகம் சீர்குலைந்தால்தான் புதிய சக்தி உருவெடுக்கும். அதற்கு ஒரே வழி ஆயுதம் ஏந்துவதே; துப்பாக்கி தூக்குவதே என்ற ரீதியில் துண்டுப் பிரசுரங்கள் பரவலாக வெளிவந்தன.

இந்த துண்டுப் பிரசுரங்களை ரகசியமாக அச்சிடப்படும் போது தான் மணிவண்ணனுக்கு தீவிரவாதிகளுடனான தொடர்பு அறுக்க முடியாத உறவாக மாறியது. அடிக்கடி கூடினர். விவாதித்தனர். பொன் பரப்பி, பெண்ணாடம் பகுதிகளிலிருந்து வந்த இளைஞர்கள் அடிக்கடி மாணவர்களிடம் போதித்தனர். மக்களிடையே பீதியை உண்டு பண்ணி இந்த சமுதாய அமைப்பையே நிலைகுலையச் செய்வதுதான் முதல்கட்ட வேலையென முடிவெடுத்தனர். அதற்கு அத்தியாவசியமானது வெடிகுண்டுகள். எங்கே, எப்போது, எப்படி அவற்றை தயாரிப்பது என்பது பற்றி பலமுறை தீர்க்கமாக விவாதித்து ஒரு ரகசிய

திட்டம் தீட்டினர். அதன்படி கடலூர் கந்தசாமி கந்தகம் கொண்டு வருவது, நெய்வேலி நமசிவாயம் வெடிமருந்து எடுத்து வருவது பெண்ணாடம் பெரிய கண்ணன் இதர உதவிகளை செய்வது விஞ்ஞான மேற்பார்வை மணிவண்ணனுடையது.

வேகா கொல்லையின் வடமேற்கிலுள்ள தூர்ந்துபோன குட்டையின் நசிந்து போன மதகுச் சுவரின் மறைவில் பங்குனி உத்தரத்தன்று இரவு பதினொரு மணிக்கு ஊர் ஜனங்களெல்லாம் வேலுடையான்பட்டி உத்வசத்திலிருக்கும்போது தீர்மானித்த மூலப் பொருள்களுடன் ஒவ்வொருவராக அங்கு வந்து குழுமினர். அவர்களுடைய பணி துவங்கியது.

அவர்களுக்கு ஆர்வம் இருந்தது; அனுபவமில்லை. ஆவேசம் இருந்தது, ஆற்றல் இல்லை. தீவிரம் இருந்தது; திறமை போதவில்லை. எங்கேயோ ஒரு சிறு தவறு திடீரென இடியென ஒரு பேராசை மண்ணிலிருந்து விண்ணுக்கு ஒரு தீங்கிற்று வெந்தணலிலே வெந்து கொண்டிருந்த ஜீவன்களிடமிருந்து புரட்சி ஓங்குக என்ற கூக்குரல் விண்ணதிர வெளிப்பட்ட போதிலும் அதைக் கேட்க அங்கே ஆளில்லை. அந்த நால்வரும் வெடித்த வெடியிலே உருக்குலைந்து போனார்கள். தன்வினைத் தன்னைச் சுடும்.

வேகா கொல்லை வேகிறது.

மணிவண்ணன் மறைந்துபோய் ஐம்பதாண்டுகள் ஆகி விட்டன. தன்னைச் சுற்றிலும் எத்தனையோ மாற்றங்கள் நிகழ்ந்து விட்டன. ஆனால் வடிவேலு படையாச்சியின் தவப்புதல்வன் மண்ணாங்கட்டி மாண்டு போனான் என்பதை நம்ப மறுக்கிறார். ஒரு நம்பிக்கையின் அடிப்படையில் வைத்த மண்ணாங்கட்டி என்ற பெயர் மணிவண்ணனாக மாறியதால்தான் அந்த விபரீதம் நிகழ்ந்து விட்டது என்று அவரது நெஞ்சம் இன்னமும் நினைக்கிறது.

○

2

சுமை தூக்கி

அண்ணாவி ஒரு சுமை தூக்கி. புரியவில்லையா? இரயில் நிலையத்தில் ஒரு போர்ட்டர். இருபதாண்டுகளுக்கு முன்னர் சேர்குடியை விட்டு, 'கெட்டும் பட்டிணம் சேர்' என்பதற்கு மாறாக கெடாமலேயே பட்டிணம் வந்த ஒரு பட்டுக்காட்டு ஊரிலே அவன் அய்யா - தகப்பனை அப்படி அழைப்பதுதான் அந்த ஊர் வழக்கம் - ஒரு பண்ணையாள். இருபத்து நாலுமணி நேரமும் பண்ணையில்தான் குடியிருப்பு. கூப்பிட்ட குரலுக்கு ஓட வேண்டும் ஓய்வு ஒழிச்சலின்றி வேலை. அய்யாவுக்கு ஒத்தாசையாக அண்ணாவி, சின்னவனாக இருந்தபோது காட்டுக்கு செல்வதுண்டு. அதிகாலையில் சென்று அசுவின் பிடித்த மொச்சை காய்களைப் பறித்து வரவேண்டும். பனி மறைவதற்குள் வெடித்த பருத்தி எடுத்து வர வேண்டும். வெய்யிலுக்கு முன்னால் மிளகாய்ப் பழங்களை பொறுக்கி வெய்யிலில் காய வைத்து வற்றலாக்க வேண்டும். இடையிடையே தட்டைப் பயிறு, பச்சைப் பயிறு இவற்றின் தேறிய காய்களைப் பறித்து வரவேண்டும். இப்படி ஓயாத ஒழியாத வேலை. வேலைக்கு கூலி, மாதம் மூன்று மரக்கால் தவசம், அதாவது கம்போ, கேழ்வரகோ, சோளமோ. தினையோ, நெல்லோ ஏதாவது ஒன்று பண்ணையில் கைவசம் இருப்பதும் விலையில் குறைந்ததுமான தானியம்.

இப்படி கொத்தடிமையாக வேலை செய்ய அண்ணாவிக்கு ஆரம்பத்திலிருந்தே நாட்டம் இல்லை. நாட்டுக்கு சுதந்திரம் வேண்டும் என்று பலர் போராடி சுதந்திரம் பெற்ற சிறிது காலத்திலேயே நாட்டு சுதந்திரத்தைவிட தனி மனித சுதந்திரம் உயர்ந்ததாக அண்ணாவிக்குத் தோன்றியது. அய்யாவைப் போல பண்ணையிலே அடிமையாக வேலை செய்யக் கூடாது என்று மனதுக்குள் முடிவெடுத்து பட்டிணத்திற்குஓடிப் போய் பிழைத்துக் கொள்ளவேண்டும் என்று நிச்சயித்து, அதன்படி நடந்தால் ஊரில் ஓடுகாலி என்று ஏசி அவன் பெற்றோர்களை அவமதிப்பார்களே, அதனால் அவர்கள் மனம் என்ன பாடுபடும் என்பதையெல்லாம் எண்ணி மனஉளைச்சல் கொண்டு பின்வாங்க மனம் முன்வந்த போது மீண்டும் ஏதோ ஆவேசத்தில், வெறியில், குருட்டு நம்பிக்கையில் சேர்குடியை விட்டு சென்னைப் பட்டிணத்திற்கு வந்தான்.

வந்தாரை வாழ்விக்கும் தமிழகம். அப்படியிருக்க அதன் தலைநகரம் மாறாக இருக்க முடியுமோ? அண்ணாவிக்கும் ஒரு வாழ்வளித்தது. எப்படியோ போராடி முட்டி மோதி புரண்டு அல்லல்பட்டு அவதியுற்ற, குடலுக்கும், குடிலுக்கும் வழி செய்து கொண்டான்; ஒரு வருட காலத்தில் அனுமதி பெற்ற சுமைதூக்கியாக, 'லைசென்சு டு போர்ட்டர்.'

அந்த ஓராண்டு கால வாழ்க்கை அது ஒரு நெடுங்கதை. அதை விடுவோம். காலம் சில கட்டத்தில் குட்டையாகத் தேங்கி விடுகிறது. சில நேரங்களில் பெரு வெள்ளமென அதி வேகத்தில் புரண்டோடுகிறது. ஓராண்டு காலம் ஒரு மாமாங்கமாக தோன்றியபோது அவன் மனம் சேர்க்குடிக்கே திரும்பிவிடலாமா என்று அலை பாய்ந்ததுண்டு. ஆனால், ஒரு வைராக்கியம் அவனைப் பட்டிணத்திலேயே பழியாகக் கிடத்தியது. ஒரு சுமை தூக்கியாக அவன் வாழ்க்கையில் நிலைத்த பிறகு கூட ஆண்டுகள் கூட வாரங்களாக ஓடின. அவனுக்கும் ஒரு கல்யாணம், குழந்தை என்று வாழ்க்கையில் ஆதாரமும் பிடிப்பும் ஏற்பட்டது.

அய்யாதான் ஒரு பண்ணையாளாக பொழுதைக் கழித்தார். தான் அதிலே அடிமையாகக் கூடாது என்ற ஒரு ஆவேசம்

அவனைப் பட்டிணத்திற்கு ஓட வைத்தது. அதனால் வாழ்க்கையில் ஒரு சுதந்திரம் கண்டதென்னவோ உண்மை. அய்யாவைப் போல கூப்பிட்ட குரலுக்கு ஓட வேண்டியதில்லை. நினைத்தால் வேலை செய்யலாம். இல்லாவிட்டால் 'போடா சரிதான்' என்று சும்மா இருக்கலாம். ஆனால் வாழ்க்கைச் சுமை அவன் அன்றாடம் சுமக்கின்ற எல்லா சுமைகளையும் விட கனமாக இருந்தது. பட்டிணத்தில் எல்லோரும் எப்படி எப்படியெல்லாம் வாழ்கிறார்கள். அவனுடைய வாழ்க்கை அப்படி அமைந்துவிட்டதே என்ற ஏக்கம். தன் மகனை நல்ல படிப்பு படிக்க வைத்து ஒரு சமூக அந்தஸ்தோடு நல்லதொரு உயர்வான வாழ்வுக்கு வழி செய்ய வேண்டும் என்ற எண்ணங்களை தோன்றலாயின. அண்ணாவி தன் மகன் சின்னராசுவை நன்றாக படிக்க வைக்க எல்லா முயற்சிகளும் எடுத்தான். அவனும் நன்றாகவே படித்தான். அவன் நான்காம் வகுப்பு படிக்கும்போது அந்தத் துயரச் சம்பவம் நிகழ்ந்தது. அவன் அன்னை வள்ளியம்மை ஒரு நாள் காணாமல் போய்விட்டாள். அக்கம் பக்கத்திலிருந்தவர்கள், 'அவள் யாருடனோ ஓடிப்போய் விட்டா' என்று பேசிக் கொண்டார்கள்.

ஆனால் அண்ணாவியோ, அந்தப் பேரிடியையும், இடி தாங்கியின் துணைக் கொண்டு இடியையும் இழப்பேதுமின்றி பூமிக்குள் செலுத்தி விடுவதைப்போல, சின்னராசுவின் துணையால் தாங்கிக்கொண்டான். அவள் ஓடிப் போனாள் என்று எண்ணாமல், காணாமல் போய் விட்டாள் என்று கருதிக்கொண்டு வாழ்க்கையை நகர்த்தினான்.

ஏன் அவனே சேரிக்குடியிலிருந்து ஓடி வந்தவன் தானே! அய்யாவும் மற்றவர்களும் அவனை அங்கே காணவில்லையே என்று கலங்கிப் போயிருப்பார்கள். அதை எப்படி துச்சமென மதித்து புறக்கணித்து பட்டிணமே பழி என்று கடந்தானோ அந்த வைராக்கியத்தை நினைவுபடுத்தி, மகனையும், 'தளர்வுறாமல் படிப்பிலேயே பிடியாய் இரு' என்று போதித்தான்.

சின்னராசு நன்றாக படித்து ரயிலில் பெரிய உத்தியோகம் பார்க்க வேண்டுமாம். தான் எப்படி அய்யாவைப் போல அடிமை வாழ்க்கை வாழக் கூடாது என்று பிடிவாதத்தோடு புதிய

வாழ்க்கையில் இறங்கினானோ அதுபோல அவன் பிள்ளை சின்னராசுவும் சுமைதூக்கியாக வாழக் கூடாதாம். நல்ல படிப்பு படித்து ஒரு உயர் நிலையில் வாழ வேண்டுமாம். சமூகத்தில் நல்ல அந்தஸ்தோடு இருப்பவர்கள், தான் தன் பிள்ளையும் தன்னை போல வாழ வேண்டும் என்று எண்ணுவார்களாம். பெரிய டாக்டர் தன் பிள்ளை தன்னைப் போல பெரிய டாக்டராக வேண்டும், பெரிய என்ஜீனியர் தன் பிள்ளை தன்னைப் போல பெரிய என்ஜீனியராக வேண்டும். பெரிய வக்கீல், பெரிய வியாபாரி, பெரிய தொழிலதிபர், அரசியல்வாதி, சினிமா நடிகர் இவர்கள் எல்லோரும் தன் பிள்ளையும் பெரிய வக்கீலாகவோ, வியாபாரி யாகவோ, தொழிலதிபராகவோ, அரசியல்வாதியாகவோ, சினிமா நடிகனாகவோ ஆக வேண்டும் என்றுதான் எண்ணுவார்களாம். ஆனால் வாழ்க்கையில் தன்னைப் போல கடைநிலையில் உள்ளவர், தன்னைப் போலவே தன்னுடைய பிள்ளையும் ஆகிவிடக்கூடாதே என்று தான் தவிப்பார்கள், துடிப்பார்கள்.

அதை சின்னராசு நினைவில் வைத்துக் கொண்டு நன்றாக படித்து நல்லதொரு வாழ்வு வாழ வேண்டும்; அப்பன் பொழப்பு அவனுக்குக் கூடாதாம்.

அண்ணாவியின் அன்றாட போதனை இது. சின்னராசுவும் அவன் வாழ்ந்த சூழ்நிலைக்கு மீறி நன்றாகவே படித்தான். அண்ணாவியும் படிக்க வைத்தான். அரசாங்கமும் பலவித சலுகைகளை அளித்ததால் அவன் பனிரெண்டாவது வகுப்பை எட்டிவிட்டான். இந்தப் படிப்பை முடித்துவிட்டால் மேல்படிப்பு இனி கல்லூரியில்தான் என்று கனவு கண்டு கொண்டிருந்தபோது தான் ஒரு நாள் அண்ணாவிக்கு ஏதோ நெஞ்சை இழுத்துப் பிடித்து எல்லா இடங்களிலும் ஊசி குத்துவதுபோல தான் முன்பின் கண்டு கேட்டு உணர்ந்தறியாத ஒரு விநோத வலியால் துடித்துப் போனான்.

சற்று நேரம்தான். பிறகு சுதாரித்துக் கொண்டான். இருந்தாலும் சின்னராசு அய்யாவை பெரிய ஆஸ்பத்திரிக்கு அழைத்துப் போய் டாக்டரிடம் காட்டி எல்லா விவரங்களையும் சொன்னான். அவரும் பலவாறு சோதித்து, பல சோதனைகளை செய்வித்து இறுதியில் அவனுக்கு இரத்தக் குழாயில் தடுப்பு

இருப்பதாக ஊகிக்கப்படுவதாகவும், அதனால் அவன் சில மருந்துகளை அன்றாடம் சாப்பிடுவதோடு இனி பளுவே தூக்கக் கூடாது என்றும் அறிவுறுத்தினார்.

அண்ணாவியினால் இந்த இடியைத் தாங்கிக்கொள்ள முடியவில்லை. ஒரு சுமை தூக்கி பளுவைத் தூக்காமல் எப்படி இனி வாழ்க்கை சக்கரத்தை உருட்டுவது? சின்னராசுவை எப்படி மேற்கொண்டு படிக்க வைப்பது? அந்தஸ்தான ஒரு வாழ்க்கையை எப்படி அவனுக்கு அமைத்துக் கொடுப்பது? சேரிக்குடியைவிட்டு சென்னைக்கு வந்து சீரழிந்த முதலாண்டையும், பின்னர் வள்ளியம்மை தன்னை 'வாழவெட்டி'யாக்கி விட்ட வடுவையும் இப்போது திரும்பப் பார்த்தான்.

யார் என்ன சொன்னாலும் தன்னுடைய தொழிலைத் தான் செய்ய வேண்டும் என்று மறுநாள் வேலைக்குக் கிளம்பினான்.

ஆனால், சின்னராசு டாக்டர் கொடுத்த மருந்துச்சீட்டை எடுத்துக்கொண்டு பெரிய ரயில்வே அதிகாரியை சந்தித்து தன்னுடைய கதையைச் சொல்லி தன் தகப்பனார் இனி சுமை தூக்கக் கூடாது என்று டாக்டர் எச்சரித்தையும் எடுத்துரைத்தான்.

அந்தப் பெரிய அதிகாரி எல்லாவற்றையும் அநுதாபத்தோடு கேட்டு, அவன் நிலைக்கு இறங்கி, அவனுக்கு தற்காலிகமாக ஒருவழி செய்வதாகவும், பின்னால் தனியாகப் படித்து பரீட்சையில் தேர்வு பெற்றால் ரயில்வேயில் ஒரு வேலைக்கு முயற்சி செய்வதாக சொன்னார்.

அவர் தற்சமயம் செய்த ஏற்பாடு அண்ணாவியின் பெயரிலிருக்கும் சுமைதூக்கி உரிமத்தை, போர்ட்டர் லைசென்சை சின்னராசு பெயருக்கு மாற்றுவதுதான்.

அண்ணாவியின் புதல்வன் சின்னராசுவும் அவனைப் போல ஒரு சுமைதூக்கியாகவே வாழ வேண்டுமா?

○

3

அதிர்ஷ்டசாலியா(ர்)?

சின்னத்திரையிலே ஒரு பொழுது போக்கு நிகழ்ச்சி.

அதிர்ஷ்டத்தை நம்புகிறவர்கள், நம்பாதவர்கள் என இரண்டு பிரிவுகளாக பங்கேற்பவர்கள் பகுக்கப்பட்டு அமர்ந்திருக்கிறார்கள். நம்புகிறோம் என்ற பகுதியில் சற்றே கூடுதலானவர்கள். அவர்கள் முகத்தில் மகிழ்ச்சி, உற்சாகமான ஆரவாரம். நம்பிக்கை இல்லாதவர்கள் அடக்கமாய் ஆரவாரமற்று கூர்ந்த பார்வையோடு இருக்கிறார்கள்.

நிகழ்ச்சித் தொகுப்பாளர் முதல் குழுவைப் பார்த்து உற்சாகமாய் 'கல்யாண வீடுபோல' களைகட்டி இருக்கிறது என்கிறார்.

அடுத்த பக்கம் பார்த்து என்ன 'எழவு' வீடு போலிக்கிறது என்று எள்ளி நகையாடுகிறார். அதிர்ஷ்டத்தை நம்பாதவர்களை நம்ப வைக்க என்னென்ன தகிடுதத்தங்கள் செய்யலாமோ அவற்றையெல்லாம் செய்கிறார்.

இறுதியாக நம்புகிறவர்களுக்கு மட்டும் ஒரு சிறப்புப் பரிசு காத்திருக்கிறது என்று அறிவிக்கிறார்.

நம்பாதவர்களுக்கு இறுதி வாய்ப்பாக இந்தப் பக்கம் வந்துவிட்டால் உங்களுக்கும் சிறப்புப் பரிசு என்கிறார். யாரும் கட்சி மாறவில்லை.

இரு குழுவினருக்கும் நடுவிலே ஒரு ஸ்கூட்டர் வந்து நிறுத்தப்படுகிறது. நம்புகிற பிரிவைச் சார்ந்தவர்கள் எல்லோருக்கும் ஒரு சாவி தரப்படுகிறது. மீண்டும் நம்பாதவர்களை நோக்கி இந்தப் பக்கம் வந்துவிட்டால் உங்களுக்கும் சாவி தரப்படும் என்று ஆசைக்காட்டி அழைக்கிறார். அதிர்ஷ்டசாலிக்கு ஸ்கூட்டர் இலவசம் என்கிறார்.

சாவி பெற்றுக் கொண்டவர்களைப் பார்த்தாவது உங்களுக்கு நப்பாசை ஏற்படவில்லையா வாருங்கள் இந்தப் பக்கம். சாவியைப் பெற்றுக் கொள்ளுங்கள் என்று அழைக்கிறார்.

யாரும் மாறவில்லை. மாறாக அந்தக் குழுவில் ஒருவரிடமிருந்து கேள்விக் கணைகள்.

"இந்த ஸ்கூட்டரை உழைப்பில்லாமல் இலவசமாகப் பெறுகிறோமே என்ற உறுத்தல், அவர்கள் யார் நெஞ்சிலும் நெருடவில்லையா? ஸ்கூட்டர் நமக்குத்தான் என்ற நப்பாசையோடு அங்கே அமர்ந்திருக்கும் அனைவரையும் ஏமாற்றிவிட்டு ஒருவருக்குத்தானே பரிசு. எத்தனை பேரை துரதிர்ஷ்டசாலிகளாக்குகிறீர்கள். இது முறையா?" எல்லோரும் வாய்மூடி மௌனியாய் இருக்கிறார்கள்.

நிகழ்ச்சித் தொகுப்பாளர் அறிவிக்கிறார். சாவி வைத்திருப்பவர்கள் ஒவ்வொருவராக வந்து ஸ்கூட்டர் பூட்டைத் திறந்து ஸ்கூட்டரை எடுத்துச் செல்லலாம் என்று. ஒவ்வொருவராக வந்து முயற்சிக்கிறார்கள். பூட்டைத் திறக்க முடியாமல் ஏமாற்றத்தோடு திரும்புகிறார்கள். ஒருவர் திறந்து விடுகிறார்.

உடனே ஆரவாரம். 'ஸ்கூட்டர் இவருக்கே' என்று அறிவிக்கிறார்.

அதிர்ஷ்டசாலி இவரே! உற்சாகம் கரை புரண்டோடுகிறது.

தொலைக்காட்சி நிகழ்ச்சி முடிவடைகிறது. ஆனால் வாழ்க்கை. அதுவும் தான்.

ஸ்கூட்டர் பெற்றவர் பெருமிதத்தோடு ஓட்டிக் கொண்டு செல்கிறார்.

அவர் வீடு போய்ச் சேரவில்லை. இடையிலே ஒரு கோர விபத்து.

அதிர்ஷ்டசாலியா(ர்)?

4

மனிதர்கள் மாறினாலும்

அப்போது எனக்கு ஆறு வயது. தஞ்சாவூர் மாவட்டத்தின் வடகோடியில், கொள்ளிடத்தில் ஐ.ஜியாக - இன்ஸ்பெக்டர் ஜெனரலாக அல்ல. இர்ரிகேஷன் குமாஸ்தாவாக பாசனத் துறை பணியாளராக இருந்த என் அப்பாவுக்கு ஜில்லாவின் தென் கோடியிலுள்ள கட்டு மாவடி கிராமத்திற்கு ஓவர்சீராக உத்தியோக உயர்வோடு மாற்றல் வந்தது. அப்பாவுக்கு ஆனந்தம் வேலை உயர்ந்துவிட்டது என்று. அம்மாவுக்கு அழுகை, அறந்தாங்கி அடவிக்கு அப்பாலே போக வேண்டுமே என்று. ஊரைப் பார்த்து விட்டு வருவதற்காக அப்பா தனியாக புறப்பட்டுப் போனவர் போய்விட்டு வந்ததும் அவர் முகத்திலும் ஈயாடவில்லை. கட்டு மாவடி கிராமத்தில் மருந்துக்கு கூட ஒரு பிராம்மண வீடு இல்லையாம். அந்த வட்டாரத்திலேயே இரண்டே இரண்டு ஊரில் காரவயல், இடையாத்தி மங்கலம்தான், அக்ரகாரம் உள்ள ஊர். ஆறு மாதம் எப்படியோ பொழுதைப் போக்க வேண்டுமாம். சர்க்கார் உத்தியோகம் என்று வந்துவிட்டால் இதையெல்லாம் பார்க்கக் கூடாதாம். கட்டு மாவடிக்கு பதிலாக இடையாத்தி மங்கலத்தில் தங்குவதற்காக தஞ்சாவூரிலிருக்கிற பெரிய இஞ்சீனியருக்கு, பிராமணர்களைக் கண்டாலே பிடிக்காதாம். எப்படியோ அப்பா தன்னுடைய சாமர்த்தியத்தாலே அந்த

உத்தரவு வாங்கினதாக அம்மாவுடன் அந்த சமயத்திலும் பெருமையடித்துக் கொண்டார்.

தென்திசை நோக்கிப் போனோம். இடையாத்தி மங்கலத்தில் நாங்கள் தங்க வேண்டிய வீடு இன்னும் காலியாகாததால் முதல் நாள் மணல்மேல் குடியிலேயே தங்கினோம். கருப்பையா மேஸ்திரி - பேருக்கேற்பப் போல அட்டக் கரியாக இருப்பான்! எங்களுக்கு ஒத்தாசைக்கு வந்தான். அங்கேயே அப்பாவைப் பார்க்க யார் யாரோ வந்தார்கள். அப்பாவுக்கு வாஸ்தவத்திலேயே வேலை உயர்ந்துவிட்டது என்பது எனக்குத் தெளிவாக புலப்பட்டது. ஒருவர் குதிரை மீது சவாரி செய்து கொண்டு வந்தார். அவரைப் பார்த்த மாத்திரத்தில் எனக்கு ஒருவித பயமும் மரியாதையும் தோன்றியது.

அவர் நிலையூர் மைனராம். சுந்தரத் தேவர் என்பது அவர் பேராம். அவர் பேரைக் கேட்டாலே அந்தப் பக்கமே நடுங்குமாம். அவர் வைத்ததுதான் சட்டமாம். மீறினால் குத்து கொலைதானாம். அடியாள் ஆயிரமாயிரம். கருப்பையா அவரைப் பற்றி கதை அளந்தான். ஆனால் எனக்கென்னவோ அப்பா சொன்ன கதையில் வந்த தேசிங்கராஜன் மாதிரி அவர் தோன்றினார். அப்போதுதான் பஞ்ச கல்யாணி குதிரையை அடக்கிவிட்டு வருவதுபோல ஒரு பிரமை.

அவ்வளவு பெரிய மனதுடன் நாலு நாள் பழக்கத்தில் என்னைக் குதிரை மீதேற்றிக் கொண்டு வலம் வந்தார். இடையாத்தி மங்கலத்திலிருந்து மணல்மேல்குடி வரும் வரை குதிரை மெதுவாக வரும். அதற்கு மேல அம்மா பட்டணம், கோட்டப்பட்டணம், அரசநகரிப் பட்டணம் பேரன்னவோ பட்டணந்தான். ஆனால், எல்லாம் பட்டிக்காடு. அங்கெல்லாம் குதிரை சவாரிதான். எல்லாம் கடற்கரை கிராமங்கள். குடியிருப்பதெல்லாம் சாயபுகள். சுந்தரத் தேவருக்கு எல்லோரும் பழக்கம். சொந்தக்காரர்கள் மாதிரி அவர்களிடமிருந்து ஏதேதோ சாமான்கள் வாங்கிக் கொண்டு வருவார். எல்லாம் சிலோன், சிங்கப்பூர், பினாங்கு சாமான்களாம். எனக்குக் கூட ஒரு பெல்ட் கொடுத்தார். அது ரொம்ப நாள் வரையில் இருந்தது. பிறகு

எப்படிப் போயிற்றென்றே தெரியவில்லை. அந்த மாதிரி பெல்ட்டை அதற்கப்புறம் பார்க்கவே இல்லை.

இடையாத்தி மங்கலம் வாழ்க்கை ஆறு மாசந்தான். இருந்தாலும் என் நினைவிட்டு அகலாத வாழ்க்கை. அம்மாவுக்குத் தான் ஊர் பிடிக்கவில்லை. கோயிலா குளமா என்ற குறை. கொள்ளிடத்தில் இருந்தபோது சீர்காழி, வைத்தீஸ்வரன் கோயில் என்று போய் வந்த பழக்கம். ஒரு நாள் அப்பா ரொம்ப பெரிய மனதோடு ஆவுடையார் கோயிலுக்கு அழைத்துக்கொண்டு போனார், அம்மாவுக்கு ஆறுதலாக. அப்பாவுக்கு அடுத்த வாரமே பழைய படி ஐ.ஜியாக வேலை கீழே இறங்கியது. யாரோ பையனாட்டம் ஒருவன் வந்து அப்பாவின் வேலையை ஏற்றுக்கொண்டான். பதினைந்து வருசமாக வேலையிலிருந்த என் தகப்பனாருக்கு திரும்பவும் ஐ.ஜி. வேலை. அப்போதுதான் அப்பாவிடம் சொன்னேன். நானும் இஞ்சீனியருக்குப் படிக்கிறேன் என்று. அவர் ரொம்ப சந்தோசப்பட்டார். சந்தோசப்பட்டதல்லாமல் எவ்வளவோ கஷ்ட நஷ்டங்களுக்களான போதிலும் என்னைப் படிக்க வைத்தார்.

நினைத்ததெல்லாம் நடக்காது என்பார்கள். என்னைப் பொறுத்த வரையில் அது நடக்கத்தான் செய்தது. நான் பி.இ. பட்டம் பெற்றேன். பொதுப் பணித் துறையில் தஞ்சாவூர் சர்க்கிளில் கல்லனைக் கால்வாய் டிவிசனில் வேலையில் சேர உத்தரவு வந்தது.

எனக்கு உள்ளூர அப்பா வேலை செய்த கட்டுமாவடி செக்சன் கிடைக்க வேண்டுமென்ற ஆசை. டிவிசன் ஆபீசுக்குப் போய்க் கேட்டேன். ஆபீஸ் மானேஜர் அவருக்கு ஐம்பது வயதிருக்கும். என்னை ஒரு முறை ஏற இறங்கப் பார்த்தார். நான் பதினெட்டு வருடங்களுக்கு முன்னதாக அப்பா அந்த செக்சனில் வேலை செய்ததைப் பற்றி தெரிவித்தேன். அது ஸ்பெசல் செக்சனாம். நாகுடிதான் இப்போது கடைசி செக்சனாம். அவர் சொன்னார். சரி நாகுடி செக்சன்லே போடுங்கோ என்றேன். மனிதர் சிரித்துக் கொண்டார்.

ஆர்டரை வாங்கிக் கொண்டு அப்பாவிடம் சந்தோசத்துடன் சொன்னேன். அந்தக் காட்டுக்கு யாராவது இப்படி கேட்டுண்டு போவாளோ என்று அம்மா குறைபட்டுக்கொண்டாள். சின்னக் குழந்தையாட்டம் அந்த மைனரோடு சேர்ந்துண்டு குதிரை மேல சுத்தி வராதே. அடிக்கடி ஆவுடையார் கோயில் போய் பகவானை வேண்டிக்கோ என்று அம்மா புத்திமதி சொன்னாள்.

அறந்தாங்கிக்கும் கட்டு மாவடிக்கும் இடையில் நாகுடி ஒரு சிறு கிராமம். எப்பொழுதோ பதினெட்டு வருடங்களுக்கு முன்னால் அறிந்தும் அறியாத பாலகனாக அந்த வழியாக சென்றிருக்கிறேன். அந்த உறவே எனக்கு எவ்வளவோ சந்தோசத்தைக் கொடுத்தது. அப்போது பார்த்தது எதுவுமே நினைவில்லா விட்டாலும் இப்போது ஒன்றும் புதிதாக வந்துவிட்டமாதிரி தோன்றவில்லை. முன்னேற்றத்தைப் பற்றி எவ்வளவுதான் எழுதினாலும் பேசினாலும் அது எங்கே இருக்கிறது. இரண்டாயிரம் வருடமாக வள்ளுவன் காலத்திலிருந்து புத்தன், ஏசு, எத்தனையோ மகான்கள் காலத்திலிருந்து மனித சமுதாயம் முன்னேற எவ்வளவோ போதனைகள் போதித்தார்கள். இருந்தாலும் சமூகம் இன்றும் அப்படித்தானே இருக்கிறது. இந்த பதினெட்டு ஆண்டுகளில் இந்த கிராமங்கள் என்ன முன்னேறி விடும்.

நாகுடியை பார்த்த மாத்திரத்தில் இப்படி எதை எதையோ யோசித்தேன்.

சூப்பர் வைசர் சூர்யராசு செக்சனில் இருந்தார். நான் அவரைத்தான் விடுவிக்க வேண்டும். ரோடை ஒட்டினாற்போல கால்வாய். கரையிலுள்ள பி.டபுள்.யூ.டி. குடிசைதான் ஆபீஸ் வீடு எல்லாம். அவர்தனிக் கட்டை நானும் அங்கேயே தங்கினேன்.

முதல் வேலையாக அவரிடம் சுந்தரத் தேவரைப் பற்றி விசாரித்தேன். அவருக்கு அந்தப் பெயரே புதிதாக இருந்தது. அவ்வளவு தூரம் செல்வாக்கோடு கொடிகட்டிப் பறந்த மனிதனை இவருக்குத் தெரியவில்லையே என்று ஆச்சரியமாக இருந்து. அடுத்தபடி கருப்பையாவைப் பற்றி கேட்டேன். அவன் ஐ.ஜி.யாக வேலை செய்துவிட்டு போன மாதம்தான் ரிடையர் ஆனானாம்.

அவனைப் பார்க்க வேண்டும் என்று தெரிவித்தேன். மறுநாளைக்கு அழைத்து வர ஏற்பாடு செய்தார்.

ஒரு வயோதிகர் வந்தார். அவர்தான் கருப்பையாவாம். நான் இன்னாரென்று அறிமுகப்படுத்திக்கொள்ள அவர் சந்தோசத்தால் பூரித்துப் போனார். நான் நிலையூர் சுந்தரத் தேவரைப் பற்றி கேட்டேன். அவர் ஆச்சரியத்தோடு, “இன்னும் அவரைப் பற்றி நினைச்சுகிட்டு இருக்கீங்களா? நாங்களே மறந்து போனோமே” என்று கூறி விட்டு மேலே சொன்னார்.

அவரு அந்த நாள்லே அடியாளுங்க கூட்டத்தோடு செல்வாக்கா இருந்தாருங்களா. அப்போதுதான் நெல்லுக்கு கண்ட்ரோல் வந்தது. நெல்லை ஊரை விட்டு ஊருக்குக் கொண்டு போகப்படாது. கவர்மெண்டுக்குத்தான் விக்கனும்னு சட்டமும் வந்தது. இவரு ஆளுங்க ராவோட ராவா கோட்டப்பட்டணம் மீமிசலக்கு அப்பாலே ராமநாதபுரம் ஜில்லா திருப்பணவாசலுக்கு கட்ட வண்டிலே நெல்லு அனுப்பறது? இந்தப் பக்கமே அதுதாங்க பேச்சு. தேவருக்கிட்டே நெல்லைக் காட்டிட்டா போதும். மறு ராவுலே சரக்கு எல்லையே தாண்டிடும். இந்த சமாசாரம் அறந்தாங்கி பட்டுக்கோட்டை வரையிலும் பேச்சு.

கலெக்டர் வந்து ஒரு நாள், டிப்டி கலெக்டர் தாசில்தார், சப்ளை ஆபீசர், இன்ஸ்பெக்டர், சர்க்கிள் எல்லாத்தை கூட்டி வச்சுகிட்டு இந்த ஜில்லாவுலேயே இந்த எல்லேலதான் இப்படி அக்ரமம் நடக்குது. இதை இன்னும் ஒரு வாரத்திலே நிறுத்தலேண்ணா உங்க எல்லாத்துக்கும் சஸ்பெண்டு ஆர்டர்தான் வரும். அப்படி இப்படி.... தாட்.... பூட்.... தஞ்சாவூர்னு விரட்னாரு.

மறுநாள் இந்தக் கொட்டா பூரா ஒரே போலீஸ்தான். ஒரு வேன் அறந்தாங்கி கட்டுமாவடி ரோடுலே இன்னொரு வேன் கட்டுமாவடி மீமிசல் ரோடுலே சுத்துது. ஆபீஸருங்க ஒரு ஜீப்லே இருந்துகிட்டு எல்லா ரோட்லேயும் சுற்றி வர்ராங்க. வண்டிக் காரனுவ பயந்துட்டாணுவ.

அந்த ராவுலே ஒரு வண்டி நவுர்லே. தேவரு பார்த்தாரு. “ஆஹா! இந்தப் பசங்கல்லாம் இப்படி பயந்தாங்கொள்ளிங்களா பூட்டாணுவளே. நான் ஒருத்தனாவது இன்னிக்கு நெல்லேக்

கொண்டு போறேன் பார். நான் புலித்தேவன் பரம்பரையாக்கும்னு" சவால் விட்டுவிட்டார்.

இத்தனை போலீசு கூட்டத்தையும் பார்த்து ஒரு கட்ட வண்டிலே ஏத்திக்கிட்டு புறப்பட்டுட்டார். காட்டு ஊடாலேயே போறாரு. மீமிசல் ரோட்டை தாண்டிதானே எல்லையே தாண்டனும். பம்மி பம்மி போனாலும் மீமிசல் ரோட்டை கடக்கேலே போலீசுங்க பார்த்துட்டாங்க. இவரும் போலீசேப் பார்த்துட்டாரு.

ஒரு மணி நெல்லுகூட ஒங்களுக்கு கொடுக்க மாட்டேன் டோய்னு சத்தம் போட்டுகிட்டு மூட்டையே பெரட்டி கீழே தள்ளிபரபரன்னு கத்தியாலே கிழிச்சு நெல்லே மணலோட மணலா தள்ளுனாரு. போலீசுகாரங்க நெருங்கிட்டாங்க. இவரும் நெல்லே காலி பண்ணிட்டாரு. "டேய் அடிமைப் பசங்களா. என் மேலே கைய வைச்சீங்க கொன்னு போடுவேன் கொன்னுன்னு" கத்திகிட்டு கத்தியை தூக்கிக் காட்டினார். கத்தியைப் பார்த்தவுடனே போலீசுகாரங்க துப்பாக்கியே காட்டி பயமுறுத்துனாங்க. இவரு பாத்தாரு, டேய் கொலைக்காரப் பசங்களான்னு சத்தம் போட்டு கத்தியை போலீஸ்காரன் மேலே வீசியெறிஞ்சுட்டு ஓடுனாரு, ஓடுனாரு, ஓடியே போனாரு. அப்போது போனவருதாங்க. இந்தப் பக்கமே வர்லிங்க. மானமுள்ள மனுசருங்க. அது ஆயி போச்சு. இருபது வருசம்.

எனது மானசீகமான தேசிங்கு ராஜனுக்கு இதுதான் முடிவா? அந்த நாளில் அவருடன் அவருடைய குதிரையில் எங்கெங் கெல்லாம் கற்றினேன். நன்றியோடு நினைத்துப் பார்த்தேன்.

அடுத்த ஞாயிற்றுக்கிழமை மாலையில் ஆவுடையார் கோவிலுக்குப் புறப்பட்டேன். கோயில் முகப்பு மண்டபத்திலிருந்த சாமியார்களை விரட்டிக் கொண்டிருந்தார்கள். அங்க ஹீனர் களைத்தவிர வேறு யாரும் மண்டபத்தில் உட்கார்ந்து பிச்சை வாங்கக் கூடாது என்பது அவர்களது வாதம். மற்றவர்கெல்லாம் எங்கேயாவது போய் வேலை செய்து சாப்பிட வேண்டுமாம்.

அவர்கள் சொல்வதும் சரிதானே. நானும் ஆமோதித்தேன்.

அப்போது ஒரு சாமியார் சொன்னார். "தம்பிங்களா நாங்க தெண்ட சோத்து தடி ராமனுகதான். இல்லேங்களே. ஆனா ஒண்ணு, இங்கேதான் வேறே எந்த நாட்லேயும் இல்லாத அளவு சாமியாருங்க இருக்காங்க. சாமியாருண்ணா ஏதோ லேசா நினைச்சுடாதீங்க. இன்னம் கண்ணாலம் கட்டிக்கற வயசுகூட ஒங்களுக்கு ஆவுலே. நாங்கள்ளா சன்மார்க்கத்தையோ ஆன்மிக அறிவையோ தெய்வீக உணர்வையோ வளர்க்கலாம்னு சொன்னா, நீங்க ஏத்துக்க வேண்டாம்."

ஆனால், ஒரு தொண்டு செய்றேங்கறதையாவது நீங்க ஏத்துக்கனும். இங்கே யாரைப் பார்த்தாலும் மூனு நாலுன்னு குழந்தைகளை பெத்துப் போட்டு இதுதான் இந்தியான்னு கதை எழுதி பெருமைப்படறவங்க ஜாஸ்தி. உங்க சர்க்கார் குடும்பக் கட்டுப்பாட்டை எவ்வளவுதான் தீவிரப்படுத்தினாலும் ஜனத் தொகை ஜாஸ்தியாய் கிட்டே போவுது. நாங்கல்லாம் வேறே எதை செய்யறதா நீங்க ஏத்துக்காட்டியும் ஜனத் தொகைய குறைக்கிற துக்கு உதவி செய்வாருங்கறதை நீங்க ஏத்துக்கிட்டுதான் ஆவணம்" எல்லோரும் 'ஆமா ஆமா' என்பது போல தலைய சைத்தார்கள்.

"இந்த நூதன சாமியாருக்கு ஊரு பேரென்னவோ" என்று நான் கேட்டேன்.

"தேசாந்தரம் சுத்தற சாமியாருக்கு ஊருன்னு பேருன்னு உண்டா" என்று பதிலுக்குக் கேட்டார்.

"தேசாந்தரம் சுத்த ஆரம்பிக்கறதுக்கு முன்னாடி ஊருன்னு பேருன்னு ஒன்னு இருக்குமல்ல" என்று திரும்பவும் கேட்டேன்.

"தெரிஞ்சுதான் ஆவணுமா!" நான் தலையசைத்தேன். அவர் கணநேரம் யோசித்துவிட்டு "அடியேனுக்கு அப்போ நிலையூர் சுந்தரத் தேவர்னு நாமம்" என்றார்.

நான் நிலையிழந்து நின்றேன்.

மனிதர்கள் மாறிக் கொண்டுதான் இருக்கிறார்கள். ஆனாலும் சமூகம் ஏன் அப்படியே தேங்கி நிற்கிறது.

○

5

உற்சவமூர்த்தியும் ஊசியும்

பிளாட்பாரத்தில் பழைய புத்தகக்கடை புதிதாகக் கிடந்தது. பார்த்ததும் அவனுக்கு ஆச்சரியமாக இருந்தது. இங்கே இதுதான் பாக்கி. இதுவும் வந்து விட்டதா? எப்படிக் கிடந்த இடம் எப்படி ஆகி இருக்கிறது? புத்தகக் கடையை நோக்கி நடந்தான்.

காலனி. தப்பு... தப்பு..., அப்படிச் சொல்லக்கூடாது. அந்த நகர் பட்டணத்தின் புறத்தே அறுபது ஆண்டுகளுக்கு முன் உருவானது. மானாவாரிப் பயிர் கூட விளையாத அந்தச் சதுப்பு நிலத்தை அடிமாட்டு விலைக்கு வாங்கிக் குறுக்கும் நெடுக்குமாக சாலைகள் அமைத்து மனைகள் போட்டு உயர் அதிகாரிகளும் தொழில் அதிபர்களும் கூட்டு சேர்ந்து பங்கு போட்டுக்கொண்டு உருவான நகர். ஆயிரம் ரூபாய்க்கு வாங்கிய மனை அறுபது ஆண்டுகளில் ஐந்து கோடியாக உயர்ந்தது. இப்படி ஐயாயிரம் மடங்கு உயர்ந்தது. முன்பு ஒரு பங்களா இருந்த இடத்தில் பனிரெண்டு பதினாறு என்று அடுக்கு வீடுகள் தோன்றின. அதன் வாடகையும் உயர்ந்தது. அரசு வழங்கிய ஒய்வு ஊதியமும் உயர்ந்தது. இப்படி நாலாவகையிலும் செல்வம் சேர்கையில் செழிப்புக்கு ஏது குறை?

அந்த நகர் அடைந்த வளர்ச்சிக்குச் சான்றாக உள்ளது அந்தக் கோயில். ஒரு சின்னஞ்சிறு அறையாக இருந்த கோயில்

இன்று நெடிதுயர்ந்த கோபுரம், ஓங்கி நிற்கும் தீபஸ்தம்பம், அகன்ற பிரகாரம், ஈரடுக்குடன் குளிர் சாதனம் பொருந்திய கல்யாண மண்டபம், சுற்றுச்சுவரை ஒட்டி ஐந்தாறு கடைகள் என்று பல்கிப் பெருகிவிட்டது. எப்போது பார்த்தாலும் ஜெ... ஜெ.... என மக்கள் கூட்டம். அவ்வப்போது திருவிழாக்கள், இன்னிசைக் கச்சேரிகள் பிரமுகர்கள் வீட்டுத் திருமணங்கள்.

இப்போது அந்தக் கோயிலில் ஒரு திருவிழா, இரண்டடி உயரமுள்ள உற்சவமூர்த்தி இரண்டு பிரதான வீதிகளில் உலா வருகிறார். சாமி எடை 50 கிலோ என்றால் அது அமர்த்தப்படும் பல்லக்கின் எடையோ 500 கிலோ. வீட்டுக்கு வீடு பெண்கள் குடத்தில் நீருடனும் ஆண்கள் அர்ச்சனைத் தட்டுடனும் நிற்பார்கள். ஒவ்வொரு வீட்டு வாயிலிலும் சாமி நிற்கும். பெண்கள், நீரூற்ற ஆண்கள் அர்ச்சனைத் தட்டை நீட்ட அர்ச்சகர் தீபாராதனை காட்டி பிரசாதம் வழங்க ஊர்வலம் செல்கிறது. காலையில் தொடங்கினால் ஏறத்தாழ மதியம் ஆகிவிடும் உற்சவமூர்த்தி கோயிலுக்குள் நுழைய. உற்சவமூர்த்தி உலாவை முடித்துக் கோயிலை நெருங்கிய சமயம், 'டொக். டமார்' என்று பெரிய சத்தம் கேட்டது. 'அபசாரம் அபசாரம்' என்று அலறியபடி பட்டர் கீழே குதித்தார். சாலையில் இருந்த கழிவு நீர் மூடி நொடித்ததில் பல்லக்கு தூக்குபவரின் ஒரு கால் உள்ளே போக பல்லக்கின் அச்சு ஒரு பக்கமாகச் சாய்ந்து சாலையில் குத்திட்டு நின்றது. பாதி குடை சாய்ந்தது போலிருந்தது. பெருமாள் நிலைகுலைந்தார்.

சத்தம் கேட்டுத் திடுக்கிட்டான். கையில் இருந்த.... பரமார்த்த குரு கதைகள் புத்தகம் கீழே விழுந்து தாள்கள் பறந்தன. கடை காரர் முறைத்துப் பார்த்தார். சாரி சொல்லிவிட்டுப் பக்கங்களை ஒழுங்குபடுத்திக் கொண்டே படித்துப் பார்த்தான். சீடர்கள் ஊசி வாங்கிய கதை.

ஒருநாள் குரு தன் ஐந்து சீடர்களையும் அழைத்துக் கிழிந்து போன ஆடையைச் சீராக்கத் தையல் உசி ஒன்று வாங்கி வரும்படி பணித்தார். ஐவரும் குருவுக்குப் பணிவிடை செய்யும் பாக்கியம் பெற்றதை எண்ணி மகிழ்வுற்று கடை வீதி சென்றனர். ஒரு கடையில் தையல் ஊசி தரும்படி கேட்டனர். கடைக்காரன்

ஊசியைக் கொடுத்தான். அது விரலளவு நீளமுள்ள மெல்லிய கம்பி. சீடர்களுக்குச் சந்தேகம். இவ்வளவு சிறிய பொருளை வாங்குவதற்கா குரு நம் ஐவரையும் அனுப்பினார்? இருக்காதென்று எண்ணி பல கடைகளிலும் விசாரித்தார்கள். எல்லோரும் அதே மாதிரியான பொருளைக் காட்டியதும் சரி என்று வாங்கிக் கொண்டார்கள். ஆனால் ஐவரும் சுமந்து செல்ல ஆசைப்பட்டனர். குருவுக்குச் செய்யும் பணிவிடையில் அனைவரும் பங்கு கொள்ள வேண்டாமா? அருகே கிடந்த பனை மரத்துண்டில் ஊசியைச் சொருகினர். பிறகு ஐவரும் அந்தப் பனை மரத்துண்டைத் தூக்க முடியாமல் தூக்கிக்கொண்டு சென்றனர். குருவின் முன்பு பணிவோடு இறக்க முயன்றனர். ஆனால் பளு தாளாமல் பொத்தெனெ போட்டனர்.

“குரு இதென்ன பனைமரம்?” என்று கேட்டார்.

“இதில் ஊசியைச் சொருகியிருக்கோம்” என்று சொல்லி ஊசியைத் தேடினார்.

உற்சவமுர்த்தியைத் தூக்கிச் செல்ல வேறொரு பல்லக்கு தயாராகிக் கொண்டிருந்தது.

○

6

கானல் வரிகள்

அலைபேசியும் கையுமாக அவர்கள் அன்றாடங்காய்ச்சிகளானாலும் சரி, அன்றாடம் கோடிகள் குவிப்பவர்களானாலும் சரி உலா வருகிற இன்னாளில் சூரிக்கு வாரம் தவறாமல் கடிதம் வருகிறது. அவன் தங்கை மதி ஏழாயிரம் பண்ணையிலிருந்து எழுதுவதாக சூரி சொல்கிறான். மேலும் முகவரியிலேயே எழுத்துகள் அச்சுக்கோர்த்தது போல அவ்வளவு அழகாகவும் அளவாகவும், அடுக்காகவும் இருக்கும். கண்களில் ஒற்றிக் கொள்வது போல என்பார்களே அப்படிப்பட்ட அழகு. ஓவியங்களைப் பேணுவது போல அக்கடிதங்களைப் பாதுகாக்கத் தோன்றும். சூரியன் கையெழுத்துக்கூட அவன் தங்கை மதியின் கையெழுத்திற்கு ஈடாக அதே அழகில் அளவில் அடுக்கில் ஒத்திருக்கும்.

சூரியும் நானும் கடந்த சில மாதங்களாக ஒரே இலாக்காவில் அடுத்தடுத்த அலுவலங்களில் வேலை செய்கிறோம். ஒரே அறையெடுத்து இருவரும் பகிர்ந்து கொள்கிறோம். ஏறக்குறைய, ஒன்றாகவே சாப்பிடச் சொல்வோம், வெளியே உலாவுவோம். பொழுது போக்குவோம். ஒன்றாகவே வாழ்ந்தோம் என்றே சொல்லலாம். பின்னர் அன்னியோன்யத்திற்கு கேட்கவா வேண்டும். அவன் தங்கை எழுதும் கடிதங்களைக்கூட என்னிடம் படித்துக் காட்டவும் ஆரம்பித்தான்.

அதில் வேடிக்கை என்னவென்றால் ஒரு வாரத்திற்கு முன்னர் சூரியிடம் நான் விவாதித்ததைப் பற்றி போற்றியோ தூற்றியோ அந்தக் கடிதத்தில் எழுதி இருக்கும். ஒரு முறை புவி வெப்ப மயமாதலைப் பற்றி நான் வாதித்தேன். நம்முடைய நூறு கொள்ளுத் தாத்தா எள்ளுத் தாத்தாக்களுக்கு முன் பூமியின் பெரும் பகுதி பனி மண்டலம் சூழ்ந்திருந்தது. கதிரவனின் ஒளி வீச்சால் பூமி சிறிது சிறிதாக சூடேறி மனிதனும் மற்ற உயிரினங் களும் வாழத் தகுந்த இடமாக மாறியது. இன்னமும் பூமியில் சில பகுதிகள் அப்படித்தான் இருக்கின்றன. காலவோட்டதில் இந்த இடங்களும் மனிதர்களும் உற்ற உயிரினங்களும் வாழத் தகுதியுள்ள இடமாக மாறும். சூரிய ஒளியினால் புவி வெப்பமய மாவதைக் கணக்கிடும்போது மனித செய்கைகளால் புவி வெப்பமடைவது மிக மிக சொற்பமே. பூமியில் மனித சமூகம், பெட்ரோல், டீசல், லிக்னைட், நிலக்கரி போன்ற எரிபொருட்களை உபயோகிப்பதால் ஏற்படுகின்ற வெப்ப சக்தியைப் போல பதின்மூன்றாயிரத்திற்கும் அதிகமான வெப்ப சக்தியை சூரியன் பொழிந்து கொண்டிருக்கிறான் என்று விஞ்ஞானிகள் கூறு கிறார்கள். ஆக புவி வெப்பமயமாதலை மனி சக்தியால் தடுத்துவிட இயலாது என்றும் விளக்கினேன். அடுத்த வாரம் மதியிடம் இருந்து வந்த கடிதத்தில் அந்தக் கருத்தை ஆமோதிப்பதுபோல வெகுவாக சிலாகித்து எழுதியிருந்தாள்.

ஒருமுறை தமிழில் முதலாக ஞானபீட விருது பெற்ற எழுத் தாளர் அகிலனின் 'சினேகிதி' நாவலைப் பற்றி விமர்சித்தோம். அவர் எழுதிய காலத்தில் அது ஒரு புரட்சிகரமான நாவலாம்.

பெரியவர் நாராயணசாமியின் இளம் மனைவி இவர் களுடன் நட்போடு பழகிய எழுத்தாளரான கதாநாயகன் இறுதியில் அவள்பால் காதல் வயப்பட்டு மணந்து கொள்கிறானாம்.

அது அகிலனுடைய காலத்தில் பெரிய விஷயமாக இருக்கலாம். தற்காலத்தில் பல இளம் பெண்களும் இளைஞர் களும் நட்புடன் அளவளாவுகிறார்கள். உலா வருகிறார்கள், பழகுகிறார்கள். ஆண்களும் பெண்களும் நட்பு முறையில் பழக முடியும் என்பதை நிரூபித்து வருகிறார்கள் என்றெல்லாம்

சூரியிடம் சொன்னேன். அடுத்த வாரமே மதியிடமிருந்து தீவிரமான மறுப்பு வந்தது.

'இந்தக் காலத்திலும் ஆண்களும் பெண்களும் நட்பு முறையில் பழகிய போதிலும் இறுதியில் அந்த நட்பு காதலிலே முடிகிறது. அந்த நண்பர்கள் குழாமிலிருந்தே அவர்களின் வாழ்க்கைத் துணையை அவர்கள் தேடிக் கொள்கிறார்கள். ஆக இன்றளவும் ஆணும் பெண்ணும் நட்பு ரீதியில் பழகினாலும் இறுதியில் அது காதலில்தான் கொண்டுவிடுகிறது' என்றெல்லாம் என் கருத்துக்கு எதிர்ப்பு தெரிவித்தாள்.

இன்னொரு நாள் இருபதாம் நூற்றாண்டில் அரசியல் அடிமை முறை அழிந்து காலனி ஆதிக்கம் குழிதோண்டி புதைக்கப்பட்டு ஏகாதிபத்தியம் ஒழிந்தது என்று நாம் வாய் கிழிய முழக்கமிட்டாலும் ஏகாதிபத்தியம் மறுபிறவி எடுத்துவிட்டது. அரசியல் ஏகாதிபத்தியம் போய் பொருளாதார ஏகாதிபத்தியம் கோலோச்சுகிறது. ஆட்சியின் அதிகாரம் போய் சந்தை கோலோச்சுகிறது. எடுத்துக்காட்டாக நாம் நூறு ரூபாய்க்கு நம் நாட்டில் வாங்கக்கூடிய அன்றாடத் தேவைகளை அங்கே வாங்க பத்து டாலரோ, யூரோவோ, பவுண்டோ செலவிட வேண்டும். அதாவது டாலர், யூரோ, பவுண்டு இவற்றின் மதிப்பு பத்து முதல் பதினைந்து வரைதான் இருக்க வேண்டும். ஆனால், நாணயப் பரிவர்த்தனையில் சந்தை விலை டாலர் ஐம்பது ரூபாயென்றும் யூரோ அறுபதுக்கு மேலாகவும் பவுண்ட் எழுபதுக்கு மேலாகவும் விற்கிறது. இந்த மோசடியல்ல சந்தையின் தீர்மானமாம். வளரும் நாடுகளை வளர்ந்த நாடுகள் வளரவிடாமல் செய்யும் தந்திரமே என்று சூரியிடம் பேசிக் கொண்டிருந்தேன். அடுத்த வாரமே மதியிடமிருந்து என்னுடைய கருத்தை ஆமோதித்துப் பாராட்டி எழுதியிருந்தாள்.

இந்த விதமாக கடந்த ஏழெட்டு மாதங்களில் எத்தனை கடிதங்கள் எத்தனை பாராட்டுகள் எத்தனை நிந்தனைகள் ஆனாலும் நிந்தனையைவிட பாராட்டுகளே அதிகம்.

இதெல்லாம் எனக்கு வியப்பாகவே இருந்தது. நண்பன் சூரியிடம் தான் நான் பேசுகிறேன். ஆனால் அவன் என்னிடம்

எதையுமே விவாதித்ததில்லை. வெறுமனே உம் கொட்டுவான். நான் பேசிக்கொண்டே இருப்பேன். இப்படிப் பேசிய விஷயங்களைப் பற்றி ஒரு வாரம் கழித்து அவன் தங்கை மதியிடமிருந்து அதை அங்கீகரித்தும் ஆமோதித்தும் ஆரவாரத்தோடு பாராட்டியும் கடிதம் சூரிக்கு வந்து விடுகிறது. எப்போதாவது நிராகரித்தும் நிந்தனை செய்தும் வருவதுண்டு. எப்படிப்பட்ட குக்கிராமமாக இருந்தது. இப்போதெல்லாம் உடனுக்குடன் தகவல் போய் விடுகிறது. நாளாவட்டத்தில் என்னுடைய கருத்துக்கு அவளிடம் இருந்து விமர்சனத்தை ஆவலோடு எதிர்பார்க்க ஆரம்பித்தேன். இரண்டொரு நாள் கடிதம் வர தாமதமானாலும் ஒரு ஏக்கம் என்னுள் தலைகாட்டியது. சூரிக்கும் மதிக்கும் இடையே நடக்கும் கடிதப் போக்குவரத்து என்னுள் ஒரு சலனத்தை ஏற்படுத்தி வருகிறது என்பது மட்டும் உண்மை. இவ்வளவு அழகான அடுக்கான அளவாக எழுதும் அவள் எப்படிப்பட்ட எழிலுடன் இருப்பாள் என்ற கற்பனை என்னுள்ளே வளர்ந்தது. எழுத்து அழகாக இருந்தால் அவளும் ஆகாக இருக்க வேண்டும் என்று நியதியா என்ன? அழகோ அழகில்லையோ ஆனால் அவள் மனவோட்டம் எவ்வளவு தெளிவாக இருக்கிறது. எப்படி மாறுபட்ட கருத்துகளையும் துணிவுடன் ஏற்கிறார். அவளுடைய குணங்கள் உயர்வானதாகவே இருக்கும் என்றெல்லாம் மனதில் எண்ணங்கள் ஓடுகின்றன. இருந்தபோதிலும் அவள் பார்க்க எப்படி இருப்பாள் என்ற ஏக்கம் என்னுள் வளர்ந்து கொண்டே இருந்தது.

ஒரு நாள் சூரியிடம் பேச்சுவாக்கில் மதியின் புகைப் படத்தை அனுப்பச் சொல்லி எழுதுப்பா என்றேன். அதை சூரி ஏற்பது போலவோ அன்றி மறுப்பது போலவோ ஒன்றும் சொல்லவில்லை. ஆனால் அடுத்த நாளே ஊருக்குப் போய் ஒரு வாரம் பத்து நாளில் திரும்பி வருவதாகச் சொன்னான். நானும் சரி என்று அவனை வழியனுப்பி வைத்தேன்.

சரியாக ஒரு வாரத்தில் எனக்கு கடிதம் வந்தது. மதியின் கையெழுத்து முத்து முத்தாக முகவரியில் இருந்தது. என்னையுமறியாமல் என் உள்ளம் துடிதுடித்தது. அதில் போட்டோ இருக்கும், அந்த போட்டோவில் அவள் எப்படி இருப்பாள்?

போட்டோவில் அழகாக இருப்பவர்கள் நேரில் அப்படி இருப்பதில்லை. நேரில் அழகாக இருப்பவர்கள் போட்டோவில் அப்படி இருப்பதில்லை என்றெல்லாம் மனத்தில் தர்க்கித்துக் கொண்டு கவரைத் திறந்தேன். போட்டோ இல்லை. கடிதம் மட்டுமே இருந்தது. இருந்தாலும் எழுதியவரின் பெயரைப் பார்த்தேன். வளர்மதி என்று முடித்திருந்தது. எனக்கு அவள் நேரடியாக எழுதிய முதல் கடிதமல்லவா? அவளோடு வாசிக்கத் தொடங்கினேன்.

அன்புள்ள அண்ணா சூரியின் நண்பர் பாரி அவர்கட்கு,

நேரடியாக என்னை குறிப்பிடக்கூடாதா என்று மனதுக்குள் குறைபட்டுக் கொண்டு மேலும் படித்தேன்,

சூரி அண்ணா சொன்னார் நீங்கள் என்னுடைய போட்டோவைக் கேட்டதாக. நான் உங்களை எவ்வளவோ உயர்வாக எண்ணியிருந்தேன். உங்களுடைய ஆழ்ந்த ஞானமும் தெளிவான சிந்தனையும் என்னை வெகுவாக ஈர்த்த தென்னவோ உண்மைதான். தங்கள் பேச்சில் தெரிந்த சமூக அக்கறை, பொருளாதாரத்தில் காட்டிய புலமை, இலக்கியத்தில் திளைத்த ஈடுபாடு என பல வகைகளிலும் நான் தங்கள்பால் ஈர்க்கப்பட்டேன் என்பது மறுக்க முடியாத உண்மை. ஆனால், நீங்கள் என் போட்டோவைக் கேட்டீர்கள் என்று அறிந்தவுடன் உங்களைப் பற்றி நான் கட்டிய எண்ணக் கோட்டைகள் எல்லாம் தூள்தூளாக சிதறி விழுந்துவிட்டன.

நீங்களும் ஒரு சராசரி இளைஞன்தான் என்பதை எந்தவித ஐயப்பாட்டுக்கும் இடமில்லாமல் நிரூபித்துவிட்டீர்கள். தயவு செய்து என்னைப் பற்றி எந்தவிதமான கற்பனையிலும் மூழ்காதீர்கள். என்னை அடியோடு உங்கள் மனத்திரையிலிருந்து

அழித்துவிடுங்கள். இதுவோ நான் உங்களுக்கு எழுதும் முதலும் முடிவுமான கடிதம்.

வளர்மதி.

அதிர்ந்து போனேன். எழுத்துகளின் நேர்த்தியில் இப்போது நான் நாட்டம் கொள்ளவில்லை. அவளுடைய புறக்கணிப்பு என் நெஞ்சிலே நெருஞ்சியாகப் பாய்ந்தது. என் உள்ளத்தை அவள் ஊசிமுனைக் கொண்டு உறுத்தும் அளவுக்கு நான் என்ன தவறு செய்துவிட்டேன். வலைப் பந்தலிலே விதவிதமான விநோத புகைப்படங்களை விரும்பி வெளியிடும் பெண்கள் மலிந்த இன்னாளில், தின வார, மாத இதழ்களில் வசீகரமான உடைகளுடன் எடுப்பான தோற்றத்துடன் எடுத்துக் கொண்ட போட்டோக்கள் வெளிவராதா என்று ஏங்கும் இளம் பெண்கள் மிகுந்த இந்நாளில் ஒரு போட்டோவைக் கேட்டேன் என்பதற்கா இத்தனைக் கோபம்? இத்தகைய புறக்கணிப்பு.

ஒரு நாள் நான் துவண்டுபோனது உண்மை. ஆனால், அடுத்த நாள் நிமர்ந்து கொண்டேன். ஒரு தீர்மானத்திற்கு வந்தேன். உடனே ஏழாயிரம் பண்ணை செல்வது, சூரியையும் மதியையும் நேரில் சந்திப்பது, சந்தித்து ஒரு போட்டோ கேட்டது அவ்வளவு பெரிய தவறா? அதற்கு இவ்வளவு பெரிய தண்டனையா? என்றெல்லாம் கேட்டு ஒரு சமரசத்தை ஏற்படுத்த வேண்டும் என்று முடிவு செய்தேன்.

அன்று மாலையே ஏழாயிரம் பண்ணை சென்றேன். சூரியின் வீட்டை எளிதில் விசாரித்து அடைந்தேன். வீட்டுத் திண்ணையில் ஒரு பெரியம்மா உட்கார்ந்திருந்தாள். சூரியின் அம்மாவோ? என்னைப் பார்த்து, "ஆரு தம்பி, ஆரைப் பார்க்கணும்?" என்று கேட்டாள். நான் சூரியின் சினேகிதன் என்றும், ஒன்றாக வேலை பார்ப்பதையும் ஒன்றாகவே தங்கியிருப்பதையும் என்னுடைய பெயரையும் சொன்னேன்.

உடனே வாயெல்லாம் பல்லாக, "வாங்க தம்பி இப்படி உட்காருங்க தம்பி. இப்ப வந்துடுவான். நான்போய் சூடாக காப்பித் தண்ணீர் கொண்டாறேன்" என்று பரபரத்தார்.

நான் சற்று முன்னர்தான் டிபன் சாப்பிட்டதால் ஒன்றும் வேண்டாம் என்று சொன்னேன். "அப்படியெல்லாம் சொல்லக் கூடாது. இம்பொட்டு தூரம் வந்துட்டு பசியாரிலெயா?" என்று மன்றாடினாள். "இல்லை, இல்லை, நான் இங்கேயே இருக்கேன். சூரிவந்ததும் ரெண்டு பேருமா சேர்ந்தே காபி குடிக்கிறோம். நான் இங்கேயே இருக்கேன். எங்கேயும் அவனைத் தேடி போவ தில்லை" என்று சொன்னவுடன் சமாதானமடைந்து சற்று நேரம் கடந்த பின்னர் மெல்ல வேறு பேச்சைப் பேச ஆரம்பித்தவள், "தம்பி, சூரி உங்ககிட்ட மனசு விட்டுபேசுதல்ல. கண்ணால விசயமா ஏதாவது சொல்லிச்சுங்களா? நாங்களும் எவ்வளவோ சொல்லிப் பாத்துட்டோம். இப்ப கண்ணாலங்கற பேச்சே எடுக்காதேங்கிறான். மனசுல என்ன வெச்சிருக்காங்கிறதே தெரியல. எப்ப கேட்டாலும் கண்ணாலம் இப்ப வேணாம்னே சொல்கிறான். வொங்ககிட்ட எப்பவாச்சும் மனசு விட்டுப் பேசேலே யாரைப் பத்தியாவது சொல்லிச்சுங்களா?" என தன் ஏக்கத்தை என்னிடம் வெளிப்படுத்தினார். அப்படி ஏதும் இல்லை என்றும், எப்போதும் தங்கை வளர்மதியின் மீதுதான் உயிராய் இருப்பான். ஒவ்வொரு வாரமும் அவளிடம் இருந்து கடிதம் வரும் செய்தியையும் சொன்னேன்.

உடனே திடுக்கிட்டவள்போல அவர் முகம் மாறியது. அவனுக்கு அப்படியொரு தங்கையே இல்லையே என்று ஆச்சரியமாகச் சொன்னார். நானும் சற்று பேதலித்தாலும் பிறகு சமாளித்துக்கொண்டு, சூரிய அண்ணாவுக்கு என்று விளித்து வாரம் தவறாமல் மதியென்ற மங்கையிடம் இருந்து வரும் கடிதங்களைப் பற்றி சொல்லிக்கொண்டிருக்கும்போதே சூரி வந்து சேர்ந்தான்.

உடனே அவள் அம்மா, 'ஏம்மா வளர்மதின்னு ஒரு தங்கை இருக்கிறதா தம்பிகிட்ட சொன்னியாம்மே. அதாரு வளர்மதி?' என்று கேட்டார்.

"ஏம்மா நீ பெத்த பிள்ளையை நீயே மறந்துட்டியா?" சூரி கோபத்தோடு வினவினான்.

"ஓ மொளச்சி ரெண்டலெ வுடறதுக்குள்ளே பொசுக்குன்னு பூட்டாளே அந்தபிள்ளையைச் சொல்றியா?"

“ஆமாம்மா. அந்த மதி என்னைக்கும் என் மனசிலெ நெறஞ்சிருக்கிறா. இப்போ இருந்தா அவளுக்கு இருபது வயசிருக்குமில்லை. அவ என் மனசுலெ எப்பவும் இருக்கா. மானசீகமா நான் அவளை வளர்க்கிறேன். அவளும் வளர்றா. வாரம் ஒரு லெட்டர் அவ எழுதுற மாதிரியே எழுதி தபால்ல சேத்துடுவேன். அதைத்தான் பாரிக்கு படிச்சுக் காட்டுவேன். அவன் மனசுலெ என்ன நினைச்சானோ தெரியாது. மதியோட போட்டோ வேணும்னா போட்டோவுக்கு நான் எங்கே போறது. அதனால் கன்னாபின்னானு அவனைத் திட்டி ஒரு கடுதாசி போட்டேன். அதைக்கூட மதி எழுதுவதுபோலயே எழுதினேன். பாவம் பாரி அவளைத் தேடிகிட்டு இங்கேயே வந்துவிட்டான்.”

இந்த சம்பவத்திற்குப் பிறகு நான் வேலையை ராஜினாமா செய்து விட்டேன். சூரி எங்கிருக்கிறான் என்ன ஆனான் என்பதெல்லாம் எனக்குத் தெரியாது. ஆனால், எப்போதோ மறைந்து போன வளர்மதியை மனதில் வளர்த்திக்கொண்டு அவள் எழுதவதுபோல தனக்குத் தானே கடிதம் எழுதி வந்தானே அந்த செய்கை என்னால் மறக்கவே முடியவில்லை. அதை பைத்தியக்காரத்தனம் என்பதா? அல்லது மானசீகமான உயர்ந்த காரியம் என்று போற்றுவதா? உலகில் பெரும்பாலானவர்கள் அவர்கள் எந்த மதத்தைச் சார்ந்தவர்களானாலும் எந்த நாட்டைச் சார்ந்தவர்களானாலும் எந்த மொழி பேசுபவர்களாயிருந்தாலும் ஏதோ ஒரு பிம்பத்தை மனதில் வளர்த்துக் கொண்டு அந்த நம்பிக்கையின் அடிப்படையில்தான் வாழ்கிறார்கள். அப்படியிருக்க சூரியைப் பற்றி நான் என்ன சொல்ல.

நான் மட்டும் வானத்தில் மாறி மாறித் தோன்றும் வளர்மதி முழுமதி, தேய்ப்பிறை, அமாவாசை இருட்டு இவைகளை நாள்தோறும் பார்க்கிறேன். அவற்றின் நான் காண்பது ஏழாயிரம் பண்ணை மதியின் கானல் வரிகள்.

○

7

கல்லாமையும் கல்வி தரும்

அந்த கிராமமே இப்போது ஒரு குறுநகரமாகிவிட்டது. நான்கு வழிகளில் பேருந்துகள் ஓடும் சந்திப்பாகத் திகழ்கிறது. பல சரக்குக் கடைகளும், பலகாரக் கடைகளும் அல்லாது மருந்து கடைகள், அலைபேசிக் கடைகள், அஞ்சலகம், மின்சார அலுவலகம், மருத்துவமனை, பள்ளிக் கூடங்கள், குடிதண்ணீர்க் குழாய், நூல் நிலையம் என்று சகல வசதிகளும் கொண்டதாக உள்ளது. அப்துல்கலாம் அவர்கள் குறிப்பிட்ட 'நகர்புற வசதிகள் கிராமப்புறங்களில்' (PURA) என்பதற்கு எடுத்துக்காட்டாக உள்ளது. நல்லவேளை போலீஸ் நிலையம் அங்கில்லை. ஒரு அவுட் போஸ்ட்கூட கிடையாது. அந்த பழைய கிராமமும் இன்றைய குறுநகரமுமான தண்டலைப் புத்தூருக்கு ஒரு முதியவரைப் பேட்டி காணச் சென்றேன்.

எந்த பெரு வழியிலும் இல்லாத மிகவும் உள்வாங்கி இருந்த அந்தக் குறுநகருக்கு நான் சென்றதே, என்னைப் போன்ற பட்டிணம் வாழ் நிருபருக்கு ஒரு தீரச் செயல். ஐந்து முழு வேட்டியும் நாலு முழுத் துண்டும் அணிந்த ஒரு முதியவரை காட்டி அவர்தான் நான் தேடி வந்த நபர் என்று அடையாளம் காட்டினர். அவரைப் பார்த்தால் தொண்ணூறு வயதை எட்டியவர் என்று நம்ப முடியவில்லை. வெள்ளை முடியானாலும் தலையில் அடர்ந்த முடி. மேல் துண்டால் உடலைப் போர்த்தாமல் இடது தோளிலே முன்னும் பின்னுமாக தொங்க விட்டிருந்தார். வயோதிகத்தின் அடையாங்கள் அவருடைய பார்வையில்

மட்டுமே தெரிந்தது. உடலின் எல்லா அவயங்களும் நல் ஆரோக்கியத்துடன் தென்பட்டன.

அவரை நெருங்கி, ''வணக்கங்க. உங்களைப் பேட்டி காணத்தான் பட்டிணத்திலிருந்து வரேன்" என்று ஆரம்பித்தேன்.

''என்னையா? உங்களை யாருன்னே தெரியலையே?''-என்று ஆச்சரியத்தோடு கேட்டார்.

"நான் சென்னையில் 'புதிய சிந்தனை' பத்திரிகையின் சிறப்பு நிருபர். உங்கள் மகன் உமாபதி பட்டிணத்தில பெரிய என்ஜினீயரல்லவா. அவரைப் பேட்டி காணப் போனேன். ஆனால் அவரோ, 'என்னைப் பேட்டி காண்பதைவிட கிராமத்தில் இருக்கும் என் தந்தையைப் பேட்டி காணுங்கள். அந்த அனுபவம் உங்களுக்கு புதுமையாகவும் வாசகர்களுக்கு சுவையாகவும் இருக்கும். அவர்தான் எங்களை யெல்லாம் ஆளாக்கியவர். நாங்கள் நான்கு சகோதரர்கள். நான் என்ஜினீயர், ஒரு டாக்டர், மற்றொருவர் சட்டமேதை, கடைசிப் பிள்ளை கணித வல்லுனர். எங்களை இந்த நிலைக்கு உயர்த்தியவரைப் பேட்டிக் கண்டால் நல்லது' என்று வாதாடி உங்கள் விலாசம் கொடுத்து அனுப்பி வைத்தார்" என்ற முழு விவரத்தையும் கூறினேன்.

வெகு தொலைவிலிருந்து மிகுந்த சிரமம் கொண்டு தன்னைச் சந்திக்க வந்தமைக்காக என்னையும் இந்த காலத்திலும் தன்னை முன் நிறுத்தாமல் தன் தந்தையே முன்நிறுத்தப்பட வேண்டியவர் என்று எண்ணும் தன் மைந்தனையும் நன்றியோடு வணங்குவதாக சொன்னார். பிறகு அவராகவே தொடர்ந்தார்.

பேசும் மொழியிலே அவர் சொன்னதை எழுத்து வடிவிலே தருகிறேன்.

"எழுபது எண்பது வருடங்களுக்கு முன்னால் இந்த ஊர் ஒரு குக்கிராமம், பட்டிக்காடு. மழை நீர் ஓடும் பாதைதான் வீதி. ஊருக்கு வடக்கிலும் தெற்கிலும் இருக்கும் குட்டைகள்தான் எல்லை. ஊரைச் சுற்றி அரவணைப்பதுபோல வளைந்து செல்லும் ஐயாறுதான் ஊரின் ஜீவ நதி. அது கொல்லிமலை அரப்பளிசுவரர் கோவிலுக்கு அருகில் உற்பத்தியாகி முக்கொம்புவில் காவிரி ஆற்றில் கலந்து விடும். ஊரில் கட்டை வண்டி மட்டுமே வாகனம். சைக்கிள் கூட கிடையாது. ஐயம்பாளையத்திலிருந்து வாரம் இரண்டு முறை வரும் தபால்காரர்தான் சைக்கிளில் வருவார்.

போர்டு தேர்தல் வந்தால் காரைப் பார்க்கலாம். வெளி உலகத் தொடர்பு வண்டிப் பாதை வழிதான். அதுவும் தானாகவே வண்டிகள் போய் வந்ததால் உருவானதே அல்லாமல் யாரும் உருவாக்கவில்லை. அந்தப் பாதையிலும் மழைக் காலங்களில் போக முடியாது. ஒரே சேறும் சகதியும் தான். வண்டிச் சக்கரங்கள் சேற்றில் சிக்கி மாடுகள் இழுக்க முடியாமல் திணறும். நடந்து போவதே பிரம்மப்பிரயத்தனம். ஒவ்வொரு தப்படிக்கும் புதைந்த காலைப் பிடுங்கி எடுத்துதான் அடுத்த அடி வைக்க வேண்டும். அப்படிப்பட்ட காலம் ஒன்று இருந்தது. இந்த எழுபது ஆண்டு களில் எவ்வளவு மாற்றங்கள். ஒரு மனித ஆயுட்காலத்தில் இவ்வளவு மாற்றங்கள் நிகழும் என்று யாரும் நினைத்துக்கூட பார்க்க முடியாது. இப்போது என்னென்ன வசதிகள் சாலைகள், பேருந்துக்ள, பள்ளிக்கூடம், ஆஸ்பத்திரி, குடிநீர் குழாய், வீட்டிலேயே கக்கூஸ், மின்சாரம், தொலைபேசி, அலைபேசி, வானொலி, டெலிவிஷன், ஸ்கூட்டி, மோட்டார் சைக்கிள், ஏன் கார் கூட இந்த ஊரில் இப்போது இருக்கிறது. இந்த வசதிகளை நாங்கள் கண்டதில்லை. ஒரு மனித ஆயுட்காலத்தில் ஒரு குக்கிராமத்தில் இத்தனை மாற்றங்கள் என்றால், ஒரு நகரம் எவ்வளவு மாறியிருக்கும்? அப்புறம் தேசம், உலகம்...."

நான் குறுக்கிட்டேன். "ஐயா இந்த ஊர் இவ்வளவு வளர்ந்து விட்டது. உங்களுக்கு ஆச்சரியமாக இருக்கிறது. எனக்கு எல்லாவற்றையும்விட பெரிய ஆச்சரியம் இந்தக் குக்கிராமத்தில் எந்தவிதமான வசதிகளும் இல்லாத காலத்தில் வளர்ந்த உங்கள் குழந்தைகளை நீங்கள் எப்படி என்ஜினீயராகவும், டாக்டராகவும், வக்கீலாகவும், கணித மேதையாகவும் படிக்க வைத்தீர்கள்? அதைப் பற்றிக் கொஞ்சம் சொல்லுங்கள்."

''நான் படிக்க வைச்சனா? பசங்க நல்லா படிச்சாங்க. முன்னுக்கு வந்தாங்க'' என்று முடிக்கப் பார்த்தார். நான் விடவில்லை. "அவர்கள் படிப்பதற்கு வேண்டிய வசதிகளையும் வாய்ப்புகளையும் நீங்கள் தானே செய்து கொடுத்திருக்க வேண்டும். அதற்கு நீங்கள் எவ்வளவு சிரமங்கள் மேற்கொண் டிருப்பீர்கள்? எத்தனை இடர்களை எதிர்கொண்டிருப்பீர்கள். அவற்றைப் பற்றி கொஞ்சம் விரிவாக சொல்லுங்கள்'' என்று வேண்டினேன்.

அவர் சிரித்து மழுப்பிவிட்டு, 'மனசிருந்தா மார்க்கமுண்டு' என்று திரும்பவும் ஒரே வரியில் பதிலளித்தார். நான் விடவில்லை. என்னுடைய ஒரே பையனை நான் படிப்ப வைக்க எவ்வளவு சிரமப்பட வேண்டியிருக்கிறது என்பது எனக்கல்லவா தெரியும்? பட்டினத்தில் எல்லாவிதமான வசதிகள் இருக்கிறபோதே இவ்வளவு சிரமம். அப்படியிருக்க இந்தக் குக்கிராமத்தில் எந்தவிதமான வாய்ப்புகளும் இல்லாத காலத்தில் நீங்கள் உங்கள் நான்கு குழந்தைகளையும் படிக்க வைக்க எவ்வளவு சிரமப்பட் டிருப்பீர்கள் என்பதை என்னால் ஊகிக்க முடியும். தயவுசெய்து உங்கள் அனுபவங்களை, பட்ட துயர்களை கொஞ்சம் விரிவாகச் சொன்னால் வாசகர்கள் பயனடைவார்கள் என்று வாதிட்டேன்.

என்னுடைய கஷ்டங்கள், நான் அனுபவித்தவை யாருக்கும் தெரிய வேண்டியதில்லை. அது யாருக்கும் பயன்படாது. அதிலிருந்து கற்றுக் கொள்வதற்கு ஒன்றும் இல்லை. அது உங்கள் வாசகர்களையும் ஈர்க்காது. ஏன் உங்கள் ஆசிரியரேகூட அதை பிரசுரிக்க ஏற்கமாட்டார் என்று கூறி ஒதுங்கப் பார்த்தார்.

நான் விடவில்லை. "நான் இவ்வளவு தூரம் உங்களை தேடி வந்ததே உங்களை பேட்டிக் கண்டு ஒரு கட்டுரை எழுத வேண்டும் என்பது தானே. அப்படி இருக்க நீங்கள் இப்படி தட்டிக் கழிக்கக் கூடாது" என்று மன்றாடினேன்.

"நீங்கள் இவ்வளவு தூரம் கேட்கிறதனால நான் சின்னப் பையனா இருந்தப்ப நடந்த ஒரு சம்பவத்தை மட்டும் சொல்கிறேன் கேளுங்க" என்று தொடர்ந்தார். அதன் எழுத்து வடிவம்.

"அப்போது ஊரில் பள்ளிக்கூடம் என்று ஒன்றுமில்லை. லிங்கங்கட்டி சொக்கலிங்க ஐயர் வீட்டுத் திண்ணையில் தான் படிப்பு. தமிழும் கணக்கும் சொல்லிக் கொடுப்பார். தமிழில் எழுதவும், ஆத்திச்சூடி, கொன்றை வேந்தன் இரண்டையும் படிக்கச் சொல்வார். கணக்கில் பதினாறாம் வாய்ப்பாடு வரை மனப்பாடம். வாய் மொழியில் கேள்வி. அதற்கு மேல் படிப்பில்லை."

அப்போது எனக்கு பத்து வயதிருக்கும். நான் என் தகப்பனாரிடம் மேல் படிப்பு படிக்க பள்ளிக்கூடம் போக வேண்டும் என்று அடம் பிடித்தேன். ஒவ்வொரு நாளும் முரண்டு

பிடித்தேன். இதற்கு சொக்கலிங்க ஐயர் மூல காரணம், உடந்தை. என் தொந்தரவு தாங்கமாட்டாமல், 'சரி போலாம்டா' என்று ஒரு நாள் சம்மதித்தார். திருவரங்கம்தான் பக்கத்தில் இருக்கும் பள்ளிக்கூடம். அது இருபது மைல் தொலைவு. ஒரு நாள் இரவு மாட்டு வண்டி கட்டிக் கொண்டு கட்டு சாதத்துடன் புறப்பட்டோம். மறுநாள் பொழுது பலபலவென்று விடியும்போது கொள்ளிடக் கரையை அடைந்தோம். ஆற்றில் சீரங்கம் கரையை ஒட்டி ஓடைபோல நீர் ஓடிக் கொண்டிருந்தது. அங்கேயே காலைக் கடன்களை முடித்து, நீராடி, துணிகளை துவைத்து காயவைத்து விட்டு மணலில் அமர்ந்து, எடுத்து வந்த சாதத்தை சாப்பிட்டோம். அடித்த காற்றிலும் வெய்யிலிலும் துணிகள் ஓரளவு காய்ந் திருந்தன. அவைகளை மடித்து எடுத்துக் கொண்டு பள்ளிக்கூடத்திற்கு நடந்தே போனோம். பக்கத்தில் ரயில் போய்க் கொண்டிருந்தது. பள்ளிக் கூடத்திற்கு உள்ளே போனோம். பெரிய மைதானம். எதிரில் பெரிய பெரிய கட்டடங்கள். உள்ளே ஏராளமான குழந்தைகள். என் தந்தை குறுக்கும் நெடுக்குமாக என்னை அழைத்துக் கொண்டு போனார். பையன்கள் தரையில் உட்காராமல் பெஞ்சில் உட்கார்ந்திருந்தார்கள். எனக்கு ஒரே சந்தோஷம். நாமும் பெஞ்சியில் உட்கார்ந்து படிப்போம் என்ற கனவில் மிதந்தேன். சற்று நேரத்தில் வண்டிக்குப் போய் சாப்பிடலாம் என்று அழைத்து வந்தார். சாப்பிட்ட பிறகு 'பள்ளிக்கூடம் போலாம்பா' என்றேன். 'எலெ பள்ளிக்கூடம் பார்க்கணம்னெ பார்த்தாச்சல்ல ஊருக்குப்போய் நம்ம பொளப்பை பார்க்க வேணாமா' என்று என்னை இழுத்து வந்துட்டார். அதன் பிறகு என் தகப்பனாரிடம் படிப்பைப் பற்றி நான் பேசவில்லை. ஆனால் அந்த இளவயதில் என் மனதில் ஒரு வைராக்கியம் பற்றிக் கொண்டது. எனக்குக் கிடையாத கல்வி என் பிள்ளைகளுக்கும் கிடைக்க வேண்டும். அவர்களை உயர்ந்த படிப்பு படிக்க வைக்க வேண்டும் என்ற தீவிரம் என்னை முழுமையாக ஆட்கொண்டிருந்தது."

அதைக் கேட்டவுடன் நான் முழு திருப்தியுற்றேன். அத்து டன் முடித்துக்கொண்டேன். ஒரு பயனுள்ள பேட்டி கிடைத்து விட்டதாக மகிழ்ந்தேன். என் பேட்டிக்கட்டுரை, 'கல்லாமையும் கல்வி தரும்' என்ற தலைப்பில் அடுத்த இதழில் வெளியாயிற்று.

8

சிறு துரும்பும்....

ஆண்டாள் அம்மாளுக்கு கல்யாணம் ஆகி புகுந்த வீட்டுக்குப் போனவுடன் 'இதென்னடி துலுக்கச்சியாட்டம் லவுக்கை போட்டுக்கிட்டு' என்று மாமியார் திட்டியபோது ஏற்பட்ட வேதனை, அதன் பின்னர் நான்கைந்து ஆண்டுகள் குழந்தையில்லாமல் எல்லோராலும் மலடி என்று பேசப்பட்ட காலத்திய துயரம் எல்லாம் அடுத்த பத்தாண்டுகளில் அடுத்தடுத்து பிறந்த மூன்று ஆண் குழந்தைகளை வளர்ப்பதில் ஏற்பட்ட குதூகலத்தில் மறைந்தது.

ஆனால், மேலும் ஒரு முறை அவள் கருவுற்றபோது பெண் குழந்தை வேண்டும் என்று அவள் வேண்டாத தெய்வம் இல்லை. போகாத கோயில் இல்லை. ஆண் குழந்தை வேண்டும் என்று எத்தனையோ பேர் தவம் இருக்க, ஆண்டாள் அம்மாள் பெண் குழந்தைக்காக விரதம் இருந்தாள்.

ஆனாலும் அடுத்துப் பிறந்ததும் ஆணாகவே பிறந்தது. அந்தக் குழந்தைக்கு ஆணா பெண்ணா என்று அறிய முடியாதபடி 'செல்லம்' என்று பெயர் சூட்டினாள்.

என்னதான் வேண்டாத வடிவில் பிறந்தாலும் பிறந்த குழந்தை தன் குழந்தையல்லவா? ஊரார் என்ன சொன்னாலும்

செல்லம் மீது அவளுக்கு ஒரு தாய்க்கு இயல்பாக உண்டாகிற பாசமும் பரிவும் கண்டாயின. மற்றக் குழந்தைகளை விடவும் கடைசி குழந்தை மீது அபரிதமாகவே பாசத்தைப் பொழிந்தாள். “என்னவோ இப்பதான் பிள்ளையெப் பெத்து வளக்கிற மாதிரி கொஞ்சறதைபாரு” என்று கேலியும் எக்காளமும் கலந்த குரலிலே ஊரார் அவளுடைய பாசத்தை விமர்சனம் செய்தனர். ஆண்டாள் அம்மாள் அதையெல்லாம் சட்டை செய்யவில்லை.

செல்லத்திற்கு ஒரு வயதாகும்போது காலில் ஏதோ ஒரு சிறு கொப்பளம் போல் தோன்றியது. அது விரைவில் உடலெங்கும் பரவியது. அம்மையே என்று அலறி மாரியம்மனுக்கு விசேஷ பூஜை செய்வித்தாள். பூசாரியை வரவழைத்து மந்தரிக்க செய்தாள். வேப்பிலைப் படுக்கையில் படுக்க வைத்தாள். எதற்கும் பலனில்லை. புண் ஒரு இடத்தில் மறைந்தாலும் இன்னொரு இடத்தில் கொப்பளித்தது. புண்கள் குறைவதாக இல்லை.

அவள் கணவர் தொலைவிலுள்ள மருத்துவமனைக்கு குழந்தையை எடுத்துச் சென்று காட்டினார். ‘இது அம்மை அல்ல. சாதாரண சொறி, சிரங்கு வகைதான்’ என்று சொல்லி, புண்கள் மீது தடவ ஒரு மஞ்சள் களிப்பையும் உள்ளுக்கு சாப்பிட என வேளைக்கு இரண்டு மாத்திரை என மூன்று வேளைக்கு ஒரு வாரம் சாப்பிடச் சொன்னார்.

அந்த வைத்தியம் ஒரு மாதம் நீண்டது. பலன் பூரணமாக இல்லை. பின்னர் நாட்டு மருத்துவர் ஆலோசனை நாடினார். அவர் ‘குப்பைமேனி இலையை நல்லெண்ணையில் வதக்கி அரைத்து புண் உள்ள இடங்களிலெல்லாம் தடவுங்கள். எரிச்சல் தாளாமல் குழந்தை அழும். அதுவே புண் ஆறுவதற்கு அறிகுறி. ஒரு வாரம் பொறுத்துக் கொண்டால் பரிபூர்ண குணம் கிட்டும்’ என்றார். அப்படி ஒரு பத்து நாள் படாதபாடுபட்டனர்.

அப்போதெல்லாம் இந்தக் குழந்தை ஏன்தான் பிறந்ததோ என்று பெற்றத் தாயே மனத்துள் நினைத்தாள். ‘ஒத்தக் குழந்தையா இருந்தா பொசுக்குனு போயிடும். இது மூணோடு நாலா இருக்கிறதாலெ இப்படி படுத்தது’ என வருந்தினாள்.

ஒரு வருஷம் பட்டபாட்டிற்குப் பின்னர் குழந்தையின் உடம்பு பரிபூர்ண குணம் கண்டது. அதன் பிறகு கொஞ்ச நாளிலேயே 'நாளொரு மேனியும் பொழுதொரு வண்ணமும்' என்பார்களே அப்படி வளர்ந்தது. ஆண்டாள் அம்மாள் ஆனந்தத்தில் திளைத்தாள்.

நான்கு பையன்களும் படிப்பில், விளையாட்டில், கைவேலைகளில் சிறந்தே விளங்கினர். பெரிய பையன் பள்ளிப் படிப்பை முடித்து கல்லூரிக்கு நுழையும் போது செல்லம் நான்காம் வகுப்பில் இருந்தான். அப்போது ஒரு நாள் வீட்டு உத்தரத்தில் சிட்டுக் குருவிகள் கூடு கட்டி முட்டை வைத்திருப்பதை செல்லம் பார்த்தான். அவனுக்கு ஒரே ஆசை. அந்த முட்டையை எப்படி யாவது எடுக்க வேண்டும் என்று அவன் மனம் விரும்பியது. சுற்றுமுற்றிலும் பார்த்து யாரும் இல்லாத சமயத்தில் ஒரு ஏணியை இழுத்துக் கொண்டு வந்து சுவரில் சாய்த்து நிறுத்தி அதன் மீது ஏறினான். இதோ கைக்கு எட்டும் தூரத்தில் தான் இருக்கிறது. ஆனாலும் எட்டவில்லை. இன்னும் 'விரக்கடை' தூரம்தான் சற்றே எம்பு கையை நீட்டினால் முட்டையை எடுத்துவிடலாம் என்று ஒரு எம்பு எம்புகிறான். கைக்கு கூண்டு எட்டி விட்டது. ஆனால், ஏணி வழுக்கி சரிந்தது. அவன் தொப்பென்று விழுந்தான். ஏணியில் தலை இடிபட்டு நல்ல காயம். ரத்தம் பெருக்கெடுத்தது. 'ஓ'வென்று அலறினான். சத்தத்தைக் கேட்டு ஆண்டாள் அம்மாள் ஓடோடி வந்தாள். அக்கம் பக்கத்தாரும் ஓடி வந்தனர். உடனே கட்டுப் போட்டு இரத்தம் வருவதை நிறுத்தி வைத்தியரிடம் கொண்டுச் சென்றனர்.

பத்து நாளில் காயம் ஆறிவிட்டது. ஆனால் நெற்றியில் ஆழமான தழும்பு, வடு. அது மறையவில்லை. தீயினாற் சுட்ட வடுவும் அல்ல, நாவினாற் சுட்ட வடுவும் அல்ல... விழுந்ததால் விளைந்த வடு. அது நிகழ்த்திய விபரீதம்...

அந்த விபத்து செல்லத்தின் வாழ்க்கையையே மாற்றி விட்டது. மற்ற மூன்று பையன்களும் நன்கு படித்து பட்டம் பெற்று உத்தியோகங்களில் அமர்ந்து தொழில்களில் நல்ல நிலைக்கு வந்து அதன் பயனாய் மேலான குடும்பங்களில் பெண் எடுத்து உயர்வான வாழ்வை அமைத்துக் கொண்டு தொலைவிலுள்ள

பெரு நகரங்களில் வாழ்கின்றபோது, செல்லம் மட்டும் ஊரிலேயே தங்கிப் போனான்.

அந்த விபத்திற்குப் பிறகு அவன் மூளையில் பாதிப்பு ஏற்பட்டதோ என்னவோ அதுவரையில் புத்திசாலியாக இருந்தவன் படிப்பில் மந்தமானான். இரண்டு மூன்றாண்டுகள் ஒரே வகுப்பிலேயே படிக்க நேர்ந்தது. பள்ளிப் படிப்பைக் கூட முடிக்க முடியவில்லை. ஊரிலேயே தங்கி தந்தையின் விவசாயத்தில் "கூடமாட ஒத்தாசையாக" இருந்தான். ஊரார் அவனை 'பண்ணை பாக்கி' என்று கேலி செய்தனர். ஏதாவது 'ஏடாகூடமா' செய்யும் போது தந்தையே 'உதவாக்கரை' என்று தூற்றினார். அவனுக்கு யாரும் பெண் கொடுக்கவும் இல்லை. தனி மரமாகவே வீட்டில் வலம் வந்தான்.

ஆண்டாள் அம்மாளுக்கு மட்டும் ஒரு வயதுக் குழந்தை யாக இருக்கும்போது அவன் பட்டபாடு அடிக்கடி நினைவுக்கு வரும், 'அப்போவே பொசுக்குனு போயிருந்தா இப்படி இது சீரழிய வேண்டாமே' என்று கூட நினைத்தாள்.

ஆண்டுக்கு ஒரு முறை தன்னுடைய முதல் மூன்று பையன்களும் மனைவி மக்களோடு வந்து நான்கைந்து நாட்கள் தங்கிவிட்டுப் போவார்கள். அப்போதெல்லாம் வீடே அமளிதுமளி யாகும். செல்வத்தைப் பற்றிய கவலையை மறந்திருப்பாள். காலப்போக்கில் பேரக் குழந்தைகள் வளர வளர அவர்கள் கிராமத்திற்கு வருவது குறைந்து போயிற்று.

ஆண்டாள் அம்மாளின் கணவர், 'நோய் நொடி' ஒன்று மில்லாமல் நல்ல திடகாத்திரமாய் இருந்தவர், ஒரு நாள் திண்ணையில் உட்கார்ந்தவர் திடீரென்று சாய்ந்துவிட்டார். அவரது இறுதிச் சடங்கிற்குத்தான் மூத்த பையன்கள் மூவரும் தத்தம் மனைவி மக்களோடு வந்தனர். சடங்குகள் முடிந்தவுடன் திரும்பி விட்டனர்.

கணவனை இழந்த துயரமும் கடைசிப் பையனின் நிலை குறித்த கவலையும் ஆண்டாள் அம்மாளின் மனதை அரிக்கத் தொடங்கியது. மனதுக்கும் உடலுக்கும் உள்ள விநோதமான பிணைப்பால் அவள் உடல் நலம் குன்ற ஆரம்பித்தது. அடிக்கடி

சோர்ந்து போனாள். 'நமக்குப் பொறவு இந்தப் பிள்ளை கதி என்ன?' என்ற கேள்வியே அவளை வாட்டின. ஒரு நாள் படுக்கையிலும் தள்ளியது. திடீரென்று மயக்கமுற்றாள். பேச்சில்லை.

பெரிய பிள்ளைகளுக்கு தகவல் போயிற்று. எல்லோரும் குழந்தை குட்டிகளோடு ஓடோடி வந்தனர். இரண்டு நாள் கண்மூடிக் கிடந்த பின் சற்றே கண் விழித்தாள். சுற்றிலும் தன்னுடைய விழுதுகள் காலூன்றிக் கிடப்பதைப் பார்த்தாள். எந்த வைத்தியத்தாலும் கிடைக்காத பலன் அவளுக்கு உடனே கிடைத்தது. இன்னும் இரண்டு நாட்களில் எழுந்து நிற்க, நடக்கவே ஆரம்பித்தாள்.

பிள்ளைகள் அனைவரும் இருக்கும்போதே உள்ள நில புலன்களை விற்று அந்த மூலதனத்தை அருகாமையில் அஞ்சலகத்தில் நீண்ட கால வைப்பு நிதியாக வைத்து அதில் வருகின்ற வருமானத்தைக் கொண்டு அம்மாவும் கடைசிப் பிள்ளையும் 'காலந்தள்ள' வழி செய்தனர்.

பின்னர் பிள்ளைகள் பட்டணத்தில் அவர்களுக்காகக் காத்திருக்கும் வேலைப் பற்றி சொல்ல ஒவ்வொரு குடும்பத்தையும் முழு மனதோடு அனுப்பி வைத்தாள்.

சுற்றும் சூழ்ந்திருக்கும்போது இருந்த பலம், நாளாவட்டத்தில் குன்றி விழுதுகளற்ற ஆலமரம் போலானாள். செல்லம் கூடுமானவரையில் அம்மாவுக்கு அனுசரணையாக இருந்து எல்லா பணிவிடைகளையும் செய்தான்.

மீண்டும் ஒரு முறை ஆண்டாள் அம்மாள் படுக்கையாகி விட்டாள். செல்லம் உடன் பிறப்புகளுக்கு தகவல் அனுப்பினாள். மூத்த அண்ணன் மனைவியோடும், இரண்டாவது அண்ணன் தனியாகவும் வந்தனர். சின்ன அண்ணன் எங்கோ வெளிநாடு போயிருப்பதாகச் சொன்னார்கள். வர இரண்டு மூன்று மாதங்கள் ஆகலாம். ஒரு வாரம் போல ஆண்டாள் அம்மாள் பேச்சு மூச்சற்று படுக்கையாக இருந்தாள். அன்ன ஆகாரம் இல்லை. 'இப்பவோ அப்பவோ' என்று ஊரார் பேசிக் கொண்டிருந்தனர்.

ஆனால் சித்திரகுப்தன் கணக்கில் எங்கோ பிழை போலும். ஆண்டாள் அம்மாளுக்கு உயிர் ஊசலாடிக் கொண்டிருக்கிறதே

ஒழிய போகவில்லை. நடு அண்ணன் தான் ஊருக்குப் போக வேண்டியதன் அவசியத்தை எடுத்துச் சொல்லிப் புறப்பட்டு விட்டான். இன்று மூத்தவனும் மனைவியுடன் கிளம்பி விடுகிறான்.

அவரவர்களுக்கு 'வேலை வெட்டி' இல்லையா என்ன? வேலை வெட்டி இல்லா உதவாக்கரை மட்டும் அம்மாவின் பாதங்களுக்கருகில் நின்று கொண்டு அவனால் முடிந்த எல்லா பணிவிடைகளையும் செய்தான்.

அநேக நாட்களுக்குப் பிறகு ஆண்டாள் மரித்தபோது பல்வேறு காரணங்களால் அவளுடைய முதல் மூன்று புதல்வர் களும் அவர்களுளுடைய குடும்பத்தாரும் வர இயலவில்லை.

'வேலை வெட்டி' இல்லாத 'உதவாக்கரை' செல்லம் தன் தாய்க்கு கொள்ளி வைத்தான்.

❍

9

இறக்கைகள் மட்டும் போதுமா?

அலை இசை இல்லத்தின் முன் தாழ்வாரம். வாயிலின் இரு மருங்கிலும் மரங்கள். புன்னையும் வாகையும் வாயிற்காப்பானைப் போல நின்று கொண்டிருக்கின்றன. எதிரில் அகன்ற கடற்கரை சாலை. அதற்கப்பால் விரிந்த மணற் பரப்பு. ஆங்காங்கே பழைய சினிமாவின் டிஜிடல் போஸ்டர்களை கூரையாகக் கொண்ட பலகாரக் கடைகள். இடயே சிறுவர்கள் விளையாட குடை ராட்டிணமும் தொட்டி ராட்டிணமும், அதில் விளையாடுகின்ற சிறுவர்களைவிட பட்டம் விட்டுக் கொண்டு குதூகலிக்கின்ற குழந்தைகளே அதிகம். அதற்கும் அப்பால் கருநீல வானத்தில் வங்காள விரிகுடா கடல். அதற்கும் அப்பால் வெளிர் நீலவானம், கடல் நீரைப் பருகுவதுபோல சங்கமிக்கிறது.

அழகம்மையை எதிர்நோக்கி நான் காத்திருக்கிறேன். இந்த நேரத்தில் அவள் எப்போதுமே ஆஜர் ஆகிவிடுவார். இன்று இன்னமும் காணவில்லையே! இதோ அவளே வந்து விட்டாள். வந்தவள், “ஐயா எனக்கு இன்னமே படிப்பு வேணாம்யா” என்று ஒரு குண்டைத் தூக்கிப் போட்டாள்.

“ஏன் உனக்கு என்னாச்சி?”

"எனக்கு வீடு வாசல்னு இல்லாமெ இருக்கலாம். ஆனா கையும் காலும் இருக்கு. நான் எப்படியும் நல்லபடி பொழச்சுக்குவேன்."

நான் துணுக்குற்றேன். இந்த மாதிரி வசனங்கள்தான் அமரகவி தாரா பாரதியை

"வெறுங்கை என்பது மூடத்தனம்
விரல்கள் பத்தும் மூலதனம்" - என பாட வைத்ததோ?

நான் வாயடைத்து இருந்தேன். அவள் புறப்பட்டுவிட்டாள். போகிற போக்கில், "நாலு பேரு நாலுவிதமா பேசறதுக்குள்ளே நான் போயிடேறேன்."

நான் இப்போது அதிர்ச்சியில் ஆடிப் போனேன். அந்தப் பதினான்கு வயது பெண் பிள்ளையா அப்படிச் சொன்னாள்? நான் எப்போதாவது அவள் மனம் புண்படும்படி நடந்து கொண்டேனா, அல்லது தகாத வார்த்தைப் பேசி விட்டோமா என நினைத்துப் பார்க்கிறேன். என் மனதறிந்து நான் எதையும் செய்ததில்லை, சொன்னதில்லை. நான் திக்பிரமை பிடித்தவன் போல் அமர்ந்திருந்தேன். மனம் கடந்த காலத்தை நினைத்துப் பார்க்கிறது.

அழகம்மையை அனாதை என்று சொல்லிவிட முடியாது. அவளுக்கு அப்பாவும் உண்டு. அம்மாவும் உண்டு. அப்பா கந்தசாமி, நட்சத்திர ஹோட்டல் ஒன்றின் சலவைப் பிரிவில் சுமாரான வேலை. சம்பளத்துடன் சாப்பாடு உண்டு. பெரிய கம்பெனி ஊழியர்களுக்கு உண்டான அத்தனை சலுகைகளும் உண்டு.

அந்தச் சமுக சூழ்நிலையில் உள்ளவர்கள் மனைவியை ஏதாவது வேலைக்கு அனுப்பி நாலு காசு சம்பாதிக்க சொல்வார்கள். ஆனால் கந்தசாமியோ தன் மனைவி மீனாட்சியை எந்த வேலைக்கும் அனுப்பவில்லை. வீட்டோடு வைத்து போஷித்தான். அவர்களின் சுகபோக வாழ்க்கைக்கு சாட்சியாகப் பிறந்தவள்தான் இந்த அழகம்மை.

முழுநிலவு பால் மழை பொழியும் நீல வானத்தில்கூட திடீரென்று கருமேகங்கள் சூழ்ந்துவிடுவதில்லையா? அதுபோல

கந்தசாமியின் இன்ப வாழ்க்கையிலும் கரு மேகங்கள் சூழ்ந்தது. மீனாட்சி தான் பெற்ற பிள்ளையை தன்னந்தனியாக வசிக்கும் தன் தமக்கை காமாட்சியிடம் கொடுத்துவிட்டு அக்கம்பக்கம் போக ஆரம்பித்தாள். அவள் என்ன செய்கிறாள் என்று அவளுக்கே தெரியவில்லை. கந்தசாமி கலங்கினான். அவளை இஷ்ட தெய்வமாக வீட்டிலே வைத்து பூஜிக்க நினைத்தான். அவளோ ஊர்க் குருவியாக பறக்கத் துடித்தாள். எவ்வளவுதான் பறக்க முடியும்?

திரும்பக் கூட்டுக்கு வந்துதானே ஆகவேண்டும் என்று கந்தசாமியும் கண்டு கொள்ளாமல் இருந்திருக்கலாம். ஆனால் மனதில் சந்தேகப் பொறி பறந்தால் அது காற்றில் பெரு நெருப்பாக எவ்வளவு காலம் வேண்டும். கந்தசாமிக்கு மீனாட்சி மேல் சந்தேகம் வலுத்தது. அவள் தனக்கு துரோகம் செய்கிறாள் என்ற முடிவுக்கு வந்து அவளையும் அவள் குழந்தையையும் வீட்டை விட்டே துரத்தி விடுகிறான். பெண் அதுவும் எந்தவித வசதியுமற்ற பேதைப் பெண் போராடி வெற்றி பெறுவது இந்த நாளிலும் அவ்வளவு எளிதில்லையே. மீனாட்சி தன் கணவன் கந்தசாமி யோடு மல்லுக்கு நிற்காமல், அழகம்மையை தூக்கிக் கொண்டு அக்கா காமாட்சி வீட்டுக்கே வந்துவிடுகிறாள். அக்காவைப் போலவே அவளும் சில வீடுகளில் கைவேலை செய்ய ஆரம்பிக் கிறாள். குழந்தை அழகம்மையோ பெரியம்மாவுடனேயே எப்போதும் இருக்க பிரியப்பட்டாள்.

அவளுக்கு நாலு வயதிருக்கும். காமாட்சி, என் மனைவி பிரபாதேவிக்கு உதவியாக வீடு வாசல் பெருக்கி, துடைத்து, பாத்திரங்கள் கழுவ வந்தவள், வீட்டுக்கு வரும்போதெல்லாம் அழகம்மையை அழைத்து வந்தாள். அந்த இளம் பெண் பிள்ளையைப் பார்த்ததும் பிரபாவுக்கு அவள் மீது பரிவு பிறந்து. 'அவளைப் பள்ளிக் கூடத்திலே சேக்காம ஏன் கூட கூட இழுத்துக்கிட்டு அலையற' என்ற கோபித்தாள்.

"நா என்னா படிப்பு படிச்சேன். எந்த பள்ளிக்கூடத்தைக் கண்டேன்" என்று புலம்பினாள் காமாட்சி.

"நா அவளை எங்கேயாவது சேத்து விடுகிறேன். நீ கவலைப்படாதே" என்று பிரபா பேசியதோடல்லாமல் தன்

நண்பர்களின் பரிந்துரையுடன் அருகில் உள்ள அண்ணா பள்ளியில் சேர்த்தும் விட்டாள். அதுமட்டுமல்லாமல் காலையிலோ அல்லது மாலையிலோ எப்போது சௌகரியப்படுகிறதோ அப்போது வந்து என்னிடம் டியூஷன் படித்துக் கொள்ளவும் சொன்னாள். அப்படி ஆரம்பம் ஆனதுதான் எனக்கு அழகம்மையின் பரிச்சயம். பத்து வருடங்களாக என்னிடம் படித்து வருகிறாள்.

தமிழ், கணக்கு, சமூகவியல் முதலிய பாடங்களுக்கு பயிற்சி தந்தேன். கொஞ்சம் ஆங்கிலமும் கற்பித்தேன். கல்வி மரபின்பாற் பட்டது என்பதற்கு எதிர்மறையாக அவள் விளங்கினாள். தமிழ் எழுத்துகளை, சொற்களை வெகுவிரைவில் கிரகித்துக் கொண்டாள். ஆத்திச்சூடி, வெற்றி வேற்கை, கொன்றை வேந்தன், வாக்குண்டாம் முதலியவற்றை வெகு எளிதில் மனனம் செய்து ஒப்புவிப்பாள். அது மட்டுமல்ல, ஆழ்ந்து சிந்திக்கவும் செய்தாள். 'தையல் சொற் கேளேல்' என்பதைக் கற்பித்தவுடன், தையல் என்ற சொல்லுக்கு பெண் என்பதல்லாமல் வேறு பொருள் உண்டா என்று கேட்டாள். பெண் சொல்வதைக் கேட்காதே என்று பெண் புலவரே பாடுவதா என்று வாதிட்டாள். நான் மகாகவி பாரதியார் 'தையலை உயர்வு செய்' எனப் பாடி இருக்கிறார் என்று சமாதானம் சொன்னேன்.

அதே மாதிரி கணக்கிலும் கூட்டல், கழித்தல், பெருக்கல், வகுத்தல், வாய்ப்பாடெல்லாம் நொடியில் ஒப்புவிக்க ஆரம்பித்தாள். பின்னல் கணக்குகள் கொடுத்தேன். பத்து கிலோ தக்காளி முப்பது ரூபாய்க்கு வாங்கி இருபது ரூபாய் லாபம் சம்பாதிக்க கிலோ என்ன விலைக்கு விற்க வேண்டும் என்று கேட்டால் "கணக்குப்படி ஐந்து ரூபாய். ஆனால் ஒரு கிலோ பழம் அழுகிவிட்டால் இருபது ரூபாய் லாபம் வராதே. எவ்வளவு பழம் சேதாரத்திற்கு ஒதுக்க வேண்டும்" என்று கேட்பாள்.

சமூகவியலிலும் நன்றாகவே படித்தாள். உலகிலுள்ள கண்டங்கள், ஆசியாவிலுள்ள தேசங்கள், இந்தியாவிலுள்ள மாநிலங்கள் அவற்றின் தலைநகரங்கள், தமிழகத்திலுள்ள மாவட்டங்கள், அதன் தலைநகரங்கள், நாட்டின் பிரதமர், ஜனாதிபதி, பாராளுமன்ற உறுப்பினர் எண்ணிக்கை, தமிழக

சட்டசபை உறுப்பினர்கள் எண்ணிக்கை, முதல்வர், எதிர்க்கட்சித் தலைவர் இப்படி எதைக் கேட்டாலும் பட் பட்டென்று பதில் சொல்வாள். அது மட்டுமா, கூர்மையான கேள்விகளையும் கேட்பாள். பண்டைய மன்னர்கள் அவர்களது தேசத்தின் தலைநகரை, மதுரை, உறையூர், காஞ்சி என்று நாட்டின் மையத்தில் வைத்திருந்தார்கள். இப்போது மட்டும் ஏன் சென்னை, பெங்களூரு, திருவனந்தபுரம் எல்லாம் அந்த மாநிலத்தின் ஒரு கோடியில் இருக்கிறது என்று கேட்பாள். தமிழ்நாட்டின் நடுவில் இருக்கும் திருச்சிதான் தமிழகத்தின் தலைநகரமாக வேண்டும் என்று முன்னாள் முதல்வர் எம்.ஜி.ஆர். முடிவெடுத்தும் செயல்பட முடியாதது ஏன் என்று கூட கேட்டாள்.

அதுமட்டுமா? பள்ளியில் கும்மி, கோலாட்டம், ஓட்டப் பந்தயம், கயிறு தாண்டுதல் முதலிய எல்லா விளையாட்டுகளிலும் கலந்து கொண்டு பரிசுகளும் பெற்றாள். அதேபோல பேச்சுப் போட்டி, திருக்குறள் ஒப்புவித்தல் முதலிய போட்டிகளிலும் வாகை சூடினாள். பரிசு வழங்கும் விழா ஒன்றில் ஒரு பேராசிரியர் பேசியதைக் கேட்டு, என்னிடம் வந்து திருவள்ளுவரின் உவமை நயத்துக்கு எடுத்துக்காட்டு எது தெரியுமா என்று கேட்டுவிட்டு, பின், ‘பெய்யெனப் பெய்யும் மழை’ என்றும் சொன்னாள். தேவையான தருணத்தில் பெய்கின்ற மழை மிகுந்த பயனுடையது. அதுபோல மிகவும் பயனுள்ளவர் கணவனை வணங்கும் மனைவியும், இதுதான் குறளிலேயே மிகச் சிறந்த உவமை நயமாம் என்று சொன்னாள். நல்ல வேளை திருவள்ளுவர் ஒரு ஆணாதிக்கக் கவிஞர் என்று குற்றம் சாட்டவில்லையே என்று நினைத்துக் கொண்டேன்.

அன்றைய சொற்பொழிவில் அவளைக் கவர்ந்த இன்னொரு கருத்தையும் சொன்னாள். ‘வாலறிவன் நற்றாள் தொழாரெனின்’ என்பதில் ‘வாலறிவன்’ என்பது அனுபவ அறிவைப் பெற்றவன் என்று பொருள். அனுபவம் மிகுந்த பெரியோர்களின் பொற் பாதங்களை வணங்க வேண்டும் என்பது குறளின் கருத்து. சொற்பொழிவாளர் சொன்னதாகக் கூறினாள். அவளே சிந்தித்து, ‘அகர முதலெழுத்தெல்லாம்’ என்ற குறளில் வருகிற ‘ஆதி பகவன்’ என்ற சொல் சூரிய பகவானைக் குறிக்கிறது என்று

சொன்னாள். ஏனென்றால் அவள் வகுப்பில் ஆதி நாராயணன் என்றும் சூரிய நாராயணன் என்றும் இரண்டு மாணவர்கள் இருக்கிறார்கள் என்று நினைவு கூர்ந்து சொன்னாள்.

ஒரு பதினான்கு வயதுப் பெண், அவளுக்கு எத்தனை புத்தி கூர்மை, சிந்தனைத் தெளிவு, அப்படிப்பட்டவள், 'இனிமே எனக்கு படிப்பு வேணாம்யா' என்று போகிறாளே. 'எனக்கு விடு வாசல்னு இல்லாமெ இருக்கலாம். ஆனா கையும் காலும் இருக்கு. நான் எப்படியும் நல்லபடியா பொழச்சுக்குவேன்' அது மட்டுமா சொன்னாள். 'நாலு பேரு நாலு விதமா பேசறத்துக்குள்ளே நான் போயிடறேன்.'

இந்தச் சொற்களைக் கேட்டு திக்பிரமையோடு எவ்வளவு நேரம் உட்கார்ந்திருந்தேன், நினைவுகளில் மயங்கிக் கிடந்த நேரத்தில் கடற்கரையின் ஈரக் காற்று புங்க மரத்தை தழுவியபின் என்னை வருடியது. என் இமைகள் மூடிக் கொண்டன.

திடீரென்று 'கா, கா' என்ற பேரிரைச்சல். கண் திறந்து பார்த்தேன். ஒரு காகம் பறக்க முடியாமல் கீழே விழுந்து கிடந்தது. இறக்கைகளை அசைத்து அசைத்துப் பார்க்கிறது. பறக்க முடியவில்லை. அதற்கு ஆறுதலாக மற்ற காகங்கள் கரைந்து கொண்டிருந்தன. விழுந்து கிடந்த காகத்தை உற்று நோக்கினேன். அதன் கால்களில் நூல் சிக்கிக் கொண்டிருந்தது. கடற்கரையில் சிறுவர்கள் விட்டுக் கொண்டிருந்த பட்டங்களில் ஒன்றிரண்டு அவ்வப்போது நூலறுந்து காற்றில் மிதந்து வந்து மரக் கிளைகளில் சிக்கிக்கொள்வது வழக்கம். இப்போதும் அப்படியொரு பட்டம் மரக்கிளையில் சிக்கி ஊசலாடிக் கொண்டிருந்திருக்கிறது. பறந்து வந்த காகம் ஒன்றின் கால்களில் அந்த நூல் சிக்கிக் கொண்டு அது தடுமாறி விழுந்திருக்கிறது. அது பறக்க எத்தனிக்க எத்தனிக்க நூல் கால்களில் நன்றாக சிக்கிக் கொண்டது. அதனால் பறக்க இயலவில்லை. மற்ற காகங்கள் அதன் தவிப்பைக் கண்டு கூட்டமாக 'கா, கா' என்று கரைந்து கொண்டிருந்தன.

நான் உள்ளே சென்று ஒரு சிறிய கத்திரிக்கோலை எடுத்து வந்தேன். இரு கால்களையும் பின்னிக் கொண்டிருக்கும் நூலை கத்தரித்துவிட்டால் அது பறந்து செல்ல இயலும். அதற்காக அந்த

நூலை வெட்டி விடலாம் என்று நான் முயற்சித்தேன். ஆனால், காகமோ என்னைக் கண்டு பயந்து 'கா, கா' என கத்திக் கொண்டே தத்தித் தத்தி நகர்ந்தது. மற்ற காகங்கள் குறுக்கும் நெடுக்குமாக பறந்து என்னை அந்தக் காகத்திடம் அண்டவிடவில்லை. நான் அந்தக் காகத்திற்கு நன்மை செய்ய வந்தவன் என்பதை அந்தக் காகங்கள் புரிந்து கொள்ளாமல் என்னை உதவி செய்யவிட வில்லை. நான் என் முயற்சியில் தோல்வியுற்றேன். அறியாமை யால் அந்த காகங்கள் உதவி செய்ய வந்தவனை உதவ விடவில்லை.

ஆனால் கூர்ந்த மதியும் சிந்திக்கும் ஆற்றலும் உள்ள அழகம்மை ஏன் என் உதவியை நிராகரித்தாள். 'கையிருக்கு காலிருக்கு நல்ல படியா பொழச்சுக்குவேன்' என்பது பாராட்டத் தக்கதானாலும் அவள் இன்னும் எவ்வளவோ உயரப் பறக்கலாமே. அதை விடுத்து, 'நாலு பேரு நாலுவிதமா பேசறதுக்குள்ளே' என்று கூறியது என்னைக் குறுகுறுக்க வைத்தது.

இந்த நாலுபேருக்கும் அந்த காக்கைக் கூட்டத்திற்கும் என்ன வேறுபாடு? பறப்பதற்கு இறக்கைகள் மட்டும் போதுமா?

O

10

ஒரு தாய் மக்கள்

அவரின் பெயரை அந்த ஊரில் உள்ள அனேகர் அறிந்திலர் ஆயினும், அவர் பிரபலமானவர். பெரிய செட்டியார் என்றால் எல்லோருக்கும் தெரியும். அவருடைய ஆஸ்தி அந்த ஊரிலுள்ள மளிகைக் கடை மட்டுமே. அவர் வாழ்நாளிலேயே அந்த ஊரின் பெரிய செல்வந்தரானார். அவருக்கு நிலபுலன்கள் இல்லாவிட்டாலும் பயிர் பாசனம் என்று எதுவும் செய்யா விட்டாலும் ஊரிலேயே பெரிய பண்ணையைவிட அவருக்குத் தான் அதிக மகசூல் கிடைக்கும்.

ஊர்க் காடுகளில் அறுவடை, மிளகாய்ப் பழம் எடுப்பது என்றால் விவசாயத் தொழிலாளிக்கு ஊதியம் பணமாகக் கிடைக்காது. ஒரு மூட்டை பழம் எடுத்தால் ஒரு வள்ளம் கூலி. மூட்டை என்பது இருபத்து நாலு வள்ளம். அதற்கு கூலி ஒரு வள்ளம். அதாவது நாலேகால் சதம். அது உழைப்பிற்கேற்ற கூலிதான்.

ஆனால் கையில் காசில்லாததால் அதை அவர்கள் அப்படியே செட்டியார் கடையில் கொடுத்து அவர்களுக்கு வேண்டிய உப்பு, புளி, எண்ணெய், வெற்றிலை சீவல் என்று வாங்கிக்கொள்வார்கள். வாங்குகிற பொருளுக்கும் சரி, விற்கின்ற

பொருளுக்கும் சரி செட்டியார் வைத்ததுதான் விலை. ஒரே வியாபாரத்தில் ரெட்டை லாபம்.

கூலி ஆட்களுக்கு இரண்டு வகையிலும் நஷ்டம். வேறு வழி.

இப்படித்தான் ஊரில் நெல் அறுவடையானாலும் சரி, பருத்தி எடுப்பதனாலும் சரி, பயிறு வகைகள் விளைச்சலானாலும் சரி, மற்ற தான்யங்களானாலும் சரி, எல்லா கூலியும் செட்டியார் கடைக்கு வந்துவிடும்.

இப்படி ஒவ்வொரு விவசாயியின் விளைச்சலிலும் நாலே கால் பங்கு செட்டியாருக்கு வந்து சேரும். ஊரிலுள்ள நாற்பது விவாசயக் குடும்பங்களிலும் இருந்து நாலேகால் சதமாக வந்து சேரும்போது செட்டியார்தான் பெரிய மகசூல் கண்டவராகி விடுவார்.

ஊரிலுள்ள மற்ற எல்லா பண்ணைகளும் அவருக்கு அடுத்தபடிதான்.

இப்படி மட்டுமல்ல. ஊர்க் காடுகளில் அவ்வப்போது விளை பொருள்கள் திருடுபோகும். பெரும்அளவில் அல்ல, சில்லறைத் திருடுகள். வேலி ஓரத்தில் உள்ள தட்டை, மொச்சை பயிறுகள் திருடு போயிருக்கும். நெற்கதிர்கள் உருவப்பட்டிருக்கும். வெடித்த பருத்திகள் பொறுக்கப்பட்டிருக்கும். பழுத்த மிளகாய் பறிக்கப் பட்டிருக்கும். விளைந்த கடலைச் செடிகள் பிடுங்கப்பட்டிருக்கும். எள், கொள் எதுவானாலும் களவாடப்பட்டிருக்கும்.

எல்லாம் திருடுபோன தவசங்களும் செட்டியார் கடையில் வந்து தஞ்சமடையும். அதனால் செட்டியார்தான் பெரிய மகசூல்காரர். நகரத்திலிருந்து வரும் மொத்த வியாபாரிகள் சரக்கு பிடிக்க செட்டியாரைத்தான் நாடுவார்கள். அவர் பேரம் பேசி என்ன விலைக்கு விற்கிறாரோ அதுதான் மற்ற விவசாயிகளுக்கு அளவுகோல். அதன்படிதான் விற்பார்கள்.

முன்புறம் கடை, பின்புறம் வீடு என்று துவங்கிய செட்டியாரின் வாழ்க்கை நாளடைவில் வாடிக்கையாக வருகின்ற தவசங்களைச் சேமிக்கும் நாலு கிடங்கு இடமும் அளவுக்கு உயர்ந்தது. செல்வம் கொழித்தது. சந்தோஷத்திற்கு குறைவில்லை.

சாமர்த்தியான மனைவி, சூரப்புலிகளாக இரண்டு புதல்வர்கள். மூத்தவன் கிருஷ்ண மூர்த்தி, மற்றவன் சுப்பிரமணியன்., காலாகாலத்தில் பிள்ளைகளுக்கு கல்யாணம் செய்வித்தார்.

சுபகாரியங்கள் நிகழ்ந்த கையோடு மனைவி மாங்கல்யத் துடன் பூவும் பொட்டுமாய் போய்விட்டாள். அதன் பிறகு செட்டியாரிடம் ஏதோ ஒரு மாற்றம். எதிலும் பிடிப்பில்லாமல் இருந்தார். திடீரென்று ஒரு நாள் யாருக்கும் எந்த தொந்தரவும் கொடுக்காமல் போய்விட்டார்.

பிள்ளைகள் இருவரும் கடையை ஒன்றாக நடத்த முயன்றபோது சிறுசிறு பிரச்சினைகள். தனித் தனியாக குடும்பம் நடத்த வேண்டிய நிர்ப்பந்தம் வந்தது. குடும்பத்து செலவுக்கு கடையில் இருந்து வரும் வருமானத்தை எடுத்துக் கொண்டார்கள். ஒருவருக்கொருவர் ஊதாரித்தனமாக செலவு செய்வதாக அரசல் புரசலாக புகார். ஒருவர் மீது ஒருவருக்கு சந்தேகம். அவ நம்பிக்கை, பிரச்சினை பூதாகாரமாக உருவெடுத்தது. தடித்த வார்த்தைகளாகி கைகலப்பு வந்துவிடுமோ என்ற நிலை.

ஊர்ப் பெரியவர்கள் இருவரையும் கூட்டிப் பேசினர். 'உங்களுக்கும் குழந்தை குட்டியென்று குடும்பம் பெருத்துவிடும். ஆகவே நீங்க தனித்தனியாக கடை வைத்துக் கொள்ளுங்கள். அதுதான் உங்களுக்கு நல்லது. ஊருக்கும் நல்லதுதான். இரண்டு கடைகள் வந்தால் போட்டியில் மக்கள் வாங்கும் பொருள்களின் விலை குறையும். அதேபோல மக்கள் விற்கும் தாவரங்களின் விலையும் கூடும். அதனால் ஊருக்கும் நல்லது தானே.' அதனால் இருவரையும் தனித்தனியே கடைகளை வைத்துக் கொள்ளும்படி ஆலோசனை வழங்கினர்.

ஊராரின் யோசனை அவர்களுக்கும் உகந்ததாகவேபட்டது. இருக்கின்ற கடையை இரண்டாக தடுத்து இரண்டு கடைகளை நடத்த உத்தேசித்தனர். ஆனால் பிரச்சினை அவ்வளவு எளிதில் தீர்வதாக இல்லை. திரும்பவும் ஊர் பெரியவர்களையே நாடினர். கடை, கிடங்கு, அவற்றிலுள்ள சாமான்கள், உபகரணங்கள், வீட்டு சாமான்கள், நகை நட்டுகள், தட்டுமுட்டு சாமான்கள் எல்லாவற் றையும் ஊர்ப் பெரியவர்களை பிரித்துக் கொடுக்கும்படி வேண்டினர்.

அப்போது ஒரு பெரியவர் சொன்னார்:

“உங்களுக்குள்ள இப்ப ஆயிரம் பேதங்கள் இருந்தாலும் நீங்க ஒரு தாய் மக்கள். ஊர் ரெண்டு பட்டா கூத்தாடிக்கு கொண்டாட்டம்பாங்க. இப்ப நீங்க சண்டை போட்டுக்கிட்டா எங்களுக்கு லாபம்தான். ஆனால், அது முறையல்ல. நீங்க ஒத்துமையா இருந்தாதான் உங்களுக்கு நல்லது. பிராது, வியாஜ்யம்னு போனா கடைசியில ஒங்க கடையே இருக்காது. நீங்கதான் மிஞ்சுவிங்க. உங்களுக்கு பூனைக் குட்டிகளும் குரங்கும் கதை தெரியுமா? ரெண்டு பூனைகளுக்கும் ஒரே ஒரு ரொட்டிதான் கிடைச்சுதாம். அதை குரங்குகிட்ட கொடுத்து ரெண்டு பேருக்கும் சரி சமமா பிரிச்சு தரும்படி கேட்டுச்சாம். அந்தக் குரங்கு ரொட்டியை இரண்டா புட்டதாம். புட்ட துண்டுகளை தராசுலெ வச்சு பார்த்ததாம். ஒன்று கொஞ்சம் பெரிசா இருந்துதாம். உடனே பெரிய துண்டுல ஒரு வாய் கடிச்சதாம். பொறவு ரெண்டையும் திரும்ப தராசுல பார்த்ததாம். இப்ப சின்ன துண்டு கடிக்கப்பட்ட துண்டைவிட பெருசா இருந்ததாம். திரும்பவும் இப்ப பெரிசா தெரிஞ்ச துண்டைக் கொஞ்சம் கடிச்சதாம். திரும்பவும் தராசு வைச்சி இப்ப மத்தது பெரிசா இருந்ததாம். அதுல கொஞ்சம் கடிச்சதாம். இப்படியே பூரா ரொட்டியையும் குரங்கே சாப்பிட்டுவிட்டது. பூனைக் குட்டிகளுக்கு ஏமாத்தம்தான் மிஞ்சுச்சாம். அதனால மத்தியஸ்துக்கோ கோர்ட்டுக்கோ போகாம நீங்களே ஒங்க சொத்தைப் பிரிச்சுக்குங்க. சாட்சிக்காரன் கிட்ட விழறதைவிட சண்டைக்காரன் கிட்ட விழறதுதான் சரி.”

இந்த உபதேசத்தைக் கேட்டவுடன் இருவரும் கிருஷ்ண மூர்த்தியும் சுப்ரமணியும் ஒரே குரலில் ‘‘எங்களாலே தீக்க முடியாமத்தானெ ஒங்க கிட்டெ வந்தோம்” என்றார்கள்.

இன்னொரு பெரியவர், “அதுக்கு நான் ஒரு வழி சொல்றேன். நீங்க அதும்படி நடப்பீங்களா?” என்று கேட்டார்.

‘நடப்போம் நடப்போம்’ என்று இருவரும் திரும்ப ஒரு சேரக் கூறினார்.

அவர் கிருஷ்ணமூர்த்தியை அழைத்து, ‘நீ தானெ தம்பி, பெரிய பிள்ளை. ஒனக்கு சொத்து விவரம் எல்லாம் நல்லா அத்துப்படிதானே’ என்று கேட்டார்.

'எல்லா விவரமும் தெரியும்ங்க.'

'நீ பாத்து உங்க அப்பா சொத்தை ரெண்டு சமபாகமாக பிரிக்கணும்' என்று முடிக்கும் முன்னே, சுப்பிரமணியன் துள்ளி எழுந்து, 'அதெப்படி அண்ணங்காரன் ரெண்டாப் பிரிக்கிறது. அதெல்லாம் நான் ஏத்துக்க மாட்டேன்' என்று குறுக்கிட்டான்.

'அவசரப்படாதே தம்பி. அவசரக்காரனும் ஆத்திரக்காரனும் ஒண்ணுதான். ஆத்திரக்காரனுக்கு புத்தி மட்டும்பாங்க. நான் இன்னும் சொல்லி முடிக்கல. அதுக்குள்ளாற துள்ளுறயெ. சொல்றதப் பூரா கேட்டுக்க' என்று புத்திமதி கூறிவிட்டு தொடர்ந்தார்.

"பெரிய பிள்ளை எல்லா விவரமும் தெரிஞ்ச புள்ள. அதுக்கு சொத்தை சரி சமமா பிரிக்கிற உரிமை உண்டு. அவன் சரி சமமாக பிரிக்க வெக்கறதுக்கு ஒரு சூட்சமம் உண்டு. அது என்னன்னா, சொத்தைப் பிரிக்கிற அதிகாரம்தான் பெரியவனுக்கு. மத்தபடி பிரிச்ச ரெண்டு பங்குல ஒரு பங்கை மொதல்ல தேர்ந்தெடுக்கிற அதிகாரம் சின்னவனுக்கே. மிகுந்ததைத்தான் பெரியன் எடுக்கணும்."

அதனால் பங்கு பிரிக்கிறப்ப ரொம்பவும் யோசிச்சு எவ்வளவுக் கெவ்வளவு சமமா பிரிக்க முடியுமோ அவ்வளவு சமமாத்தான் பெரியவன் பிரிப்பான்.

பெரிசு சிறிசாப் பிரிச்சா நஷ்டம் பெரியவனுக்குத்தான். ஏன்னா சின்னவன் பெரிய பங்கை முதல்ல எடுத்துக்குவான். அதனாலெ சொத்து கூடுமானவரையிலே சமமாக பிரியும். என்ன நான் சொல்றது சரிதானே" என்று சின்னவனைப் பார்த்தார்.

'மெத்த சரி' என்று இருவரும் சம்மதித்தார்கள். வெகு விரைவில் சொத்து இரண்டாகப் பிரிந்து, இரண்டு கடைகள் தோன்றின. கிராம மக்களும் பயனுற்றனர்.

கிராமங்களில் பங்காளிச் சண்டைகள் பாரம்பரியமாத் தொடர்ந்தாலும் பாகப்பிரிவினையும் பண்போடு கண்டு ஒரு தாய் மக்களாய் வாழ்வர்.

○

11

களத்து மேடு

அரும்பாவூர் ஆறில்லாத ஊர்தான். 'ஆறில்லா ஊருக்கு அழகு பாழ்' என்பார்கள். ஆனால், அரும்பாவூர் அதற்கு விதி விலக்கு. அந்த ஊர் ஒரு அழகு ஓவியம். என்றும் வற்றாத ஏரி. அதைச் சுற்றிலும் எப்போதும் பசுமையாகத் தோன்றும் வயல்கள். ஒவ்வொரு வயலிலும் களத்துமேடு. அதன் ஓரத்தில் புங்கை, வேம்பு மரங்கள், அவை நிழல் மட்டும் தருவதில்லை. உடலுக்கு நலத்தையும் தரும். மேனியை வருடுவதுபோல் மென் காற்றையும் தரும். மேல்திசையில் பச்சை மலையின் முகப்புக்கோடுகள். இடையிடையே மேகங்களின் உலா.

இவ்வளவு வசீகரம் நிறைந்த ஊருக்கு அலுவலக வேலை நிமித்தம் சென்றேன். அப்போது நான் விவசாய இலாகாவின் பொறியியல் பிரிவின் போர்மேன். இப்போது களை எடுக்க, கரும்பு வெட்ட, அறுவடை செய்ய என்று இயந்திரங்கள் மலிந்து விட்டன. ஆனால், அப்போது மண் நிரவும் டோசர் மட்டுமே இருந்தது. அரும்பாவூரின் பெரியதனக்காரர் நாட்டார் என்று அறியப்படுகிற மிட்டாதாரர் எங்கள் இலாகாவிலிருந்து ஒரு டோசரை வாடகைக்கு எடுத்திருந்தார். அது மூன்று வாரங்கள் வேலை செய்த பின்னர் ஏதோ பழுது ஏற்பட்டு வேலை செய்ய

வில்லை. அதைப் பழுது பார்க்க என்னை அனுப்பியிருந்தார்கள். அப்படித்தான் நான் அரும்பாவூருக்குச் செல்ல நேர்ந்தது. அங்குச் சென்று நாட்டார் எங்கிருப்பார் என்று விசாரித்தேன். அரண்மனையைப் போன்ற ஒரு பெரிய வீட்டை அடையாளம் காட்டினர். அங்கு போய் விசாரித்ததில் அவர் களத்துமேட்டில் என்று சொன்ன பணியாளர் என்னைக் களத்துமேட்டிற்கு அழைத்துச்சென்றார். 'டவுனிலிருந்து மிஷன் ரிப்பேர் பார்க்க வந்தவன்' என்று அவர் காட்டிய நாட்டாரிடம் அறிமுகம் செய்து கொண்டேன். அப்போது தான் நான் அந்த ஊரின் அழகை முழுமையாக ரசித்தேன்.

டோசர் பச்சைமலை அடிவாரத்தில் மலையாளப்பட்டியில் இருப்பதாகவும் அந்த இடம் ஆறு கல்தொலைவு என்றும், அங்கே இருக்க பிடிக்க சாப்பிட ஒன்றும் கிடைக்காதென்றும் இங்கேயே சாப்பிட்டுவிட்டுப் போகலாம் என்றும் விலாவாரியாக நாட்டார் சொன்னார். இந்தக் களத்துமேட்டிலா சாப்பாடு என்று நான் துணுக்குற்ற போது 'இதோ போகலாம்' என்று என்னை அவர் வீட்டுக்கு அழைத்துச்சென்றார். நான் அரசாங்கத்தின் சிறிய சிப்பந்தி. அவரோ பெரிய தனவந்தர். நிலச்சுவான்தார், நாட்டார். இருந்தாலும் அவருடன் சமதையாக என்னை அமர வைத்து உணவு படைத்தார். அவருடைய இந்த செயல் அவர் ஒரு பெரியதனக்காரர் மட்டுமல்ல, பெரிய மனசுக்காரரும் கூட என நினைக்க வைத்தது.

மாலை மூன்று மணிக்கு ஒரு ஜீப்பில் மலையாளப் பட்டிக்கு புறப்பட்டோம். ரோடு என்று எதுவும் இல்லை. ஒரு வண்டிப் பாதையில் ஜீப் மெதுவாகச் சென்றது. கால் மணி நேரத்தில் மலையாளப்பட்டியை அடைந்தோம். நான் வந்த வேலையில் ஈடுபட்டேன். அரைமணி நேரத்தில் என்ன கோளாறு என்று கண்டறிந்தேன். ஒரு பவர் பெல்ட் அறுந்து போயிருந்தது. அது திருச்சியில் இருந்துதான் வரவேண்டும். நான் எடுத்து வந்த சில உதிரிப் பாகங்கள் தேவையற்றதாக இருந்தது. நான் திருச்சிக்குப் போய் மறுநாள் வருவதாக அவரிடம் சொன்னேன். ஆனால் நாட்டார் என்னைப் போக அனுமதிக்கவில்லை. போனால் திரும்ப வருவேனோ மாட்டேனோ என்ற சந்தேகமோ அல்லது

போனால் உடனே வரமாட்டார் என்ற எண்ணமோ தெரியவில்லை. அவரே ஒரு ஆள் அனுப்புவதாகவும் அந்த நபரிடம் நான் கொண்டு வந்திருந்த உதிரிப் பாகங்களை அனுப்பி அவரிடமே தேவையான பெல்ட்டை அனுப்பும்படி ஒரு கடிதம் தருமாறும் கேட்டார். அரும்பாவூருக்கு திரும்பி வந்து அவர் சொன்னபடியே செய்தோம். மறுநாள் பெல்ட் வந்தது. அதனைப் பொருந்திய பிறகு டோசரும் வேலை செய்தது.

முதலிரவு அரும்பாவூரில் தங்கியபோது அவர்சொன்ன தகவல்கள்: மலையாளப்பட்டி நிலம் ஏறக்குறைய ஆயிரம் ஏக்கர். அது அவருடைய மனைவிக்கு மாமனார் சீதனமாகக் கொடுத்தது. அந்த மாமனார் பெரிய படிப்பாளி, அறிவாளி, எப்போது பார்த்தாலும் ஏதாவது புதிது புதிதாக புத்தகம் வாங்கிக்கொண்டு வருவார். அவர் வீட்டு மாடி முழுவதும் புத்தக அலமாரிகள்தான். மந்திரி டி.எஸ்.எஸ். ராஜன், சேலம் வரதராஜுலு நாயுடு இவர்களுடன் அடிக்கடி அரசியல் பேசுவார். விவசாயத்திலும் நல்ல நிபுணர்., தென்னார்க்காடு ஜில்லா வடலூருக்குப் பக்கத்திலுள்ள வெள்ளையாங்குப்பம், புதுக் குப்பம், பெரமாத்தூர் என பல கிராமங்களில் அவருக்கு நிலபுலன்கள் உண்டு. (அந்த ஊர்கள் இப்போது நெய்வேலி நகரமாகிவிட்டது) அவற்றில் முந்திரி பயிரிட்டு மரங்களை வளர்த்து, அந்தப் பகுதியை முந்திரித் தோட்டமாக மாற்றியவர். பண்ருட்டி முந்திரி கேந்திரமாக உருவானதில் அவருக்குப் பெரும் பங்குண்டு. அப்படிப் பாடுபட்ட அவருடைய மலையாளப்பட்டி நிலம் வெறும் தரிசல் காடாக இருக்கக்கூடாது என்ற முடிவு செய்து செப்பனிடவே இந்த டோசரை வரவழைத்தார் நாட்டார். மேடும் பள்ளமுமாக குண்டும் குழியுமாக இருந்த இடத்தை புல் பூண்டுகள் அகற்றி சமன் செய்து குறுக்கும் நெடுக்குமளவு ஓடிய நீர்த் தடங்களை நோக்கி செப்பனிடுகிறார். அந்த நிலத்தில் 350 ஏக்கரை வினோபாவின் பூதான இயக்கத்தைப் பரப்ப வந்த காந்தீயவாதி ஜே.சி. குமரப்பாவிடம் பூதானமாகக் கொடுத்துவிட்டார். மிகுந்த 650 ஏக்கரையும் பக்கத்து மேட்டூர் வாசிகளுக்கு நிலபுலமில்லாத ஏழைகளுக்கு இனாமாக என்றில்லாமல் ஏக்கருக்கு ரூ.200 என்று பெற்றுக்கொண்டு கொடுத்து விட உத்தேசம். இனாம் என்று

கொடுத்தால் அதன் மதிப்பை உணர மாட்டார்கள் என்று நினைத்தே அந்த ரூ. 200 விலை நிர்ணயம் செய்ய முடிவெடுத்தார்.

அவருடைய பெரிய மனதிற்கு ஆயிரம் பாராட்டுக்கள். மாமனாரை மிஞ்சிய மருமகன் என்று எண்ணிக் கொண்டேன். என்னிடம் எல்லா விஷயங்களையும் மனதார பகிர்ந்து கொண்டு அன்னியோன்யமாகப் பழகியதால் அவரிடம் ஒரு கேள்வி கேட்டேன்.

"அரண்மனையாட்டம் வீட்டைவிட்டு விட்டு களத்து மேட்டிலேயே நீங்க வாசம் செய்றீங்களே?"

அவர் சிரித்துக்கொண்டே சொன்னார், 'எந்த அரண் மனையும் சாசுவதம் இல்லை. களத்துமேட்டு மண்ணுதான் சாசுவதம்."

அதன் பிறகு அவரைச் சந்திக்கவே இல்லை. ஜவகர்லால் நேரு கூட்டறவு சர்க்கரை ஆலை, பெரம்பலூர் என்ற பெயருடன் எறையூரில் நிறுவப்பட்டது அதற்கு கரும்பு அனுப்பி வைப்பதில் மலையாளப்பட்டி, நாட்டார் செப்பனிட்ட நிலம் தான் முகிய பங்கு வகிக்கிறது என்றும் அறிந்தேன்.

ஒரு நாள் தற்செயலாக பெரம்பலூர் பேருந்து நிலையத்தில் கண்ட சுவரொட்டி என்னைத் திடுக்கிட வைத்தது. அரும்பாவூர் நாட்டார் காலமாகி விட்டதாகவும் அன்று அரும்பாவூரில் இறுதி யாத்திரை நடைபெற உள்ளதாகவும் அறிந்தேன். என் மனம் அந்தப் பெரியவரின் பூத உடலைக் காண விளைந்தது. அங்கிருந்து அப்படியே பூலாம்பாடி போகும் பேருந்தில் அரும்பாவூருக்குப் புறப்பட்டேன். அரும்பாவூர் முச்சந்தியில் பஸ் நின்றது. கண்டக்டர் "எல்லாரும் இறங்கிடுங்க. பஸ் பூலாம்பாடி போகாது" என்றார். நான் சேர ண்டியது அரும்பாவூர் தானே, பஸ் மேற்கொண்டு போகாததற்கு காரணம் ஊரில் ஜன நெரிசல். நாட்டார் அரண்மனைத் தெரு முழுவதும் ஜனக் கூட்டம். சிக்கித் தவித்து ஒரு வழியாக நாட்டாரின் வீட்டை அடைந்தேன். வீட்டு நடையில் பெரியவரின் உடல் மலர்களால் மறைக்கப்பட்டிருந்தது. முகம் மட்டும் கம்பீரமாகத் தெரிந்தது. உடல் நலக் குறைவு என்று எதுவும்

இல்லையாம். ராத்திரி படுத்தவர் காலையில் எழவில்லையாம். நல்ல சாவு என்று எல்லோரும் பேசிக் கொண்டார்கள்.

ஆனால், மேற்கொண்டு ஆக வேண்டிய காரியங்களை கவனிக்காமல் நாட்டாரின் அரண்மனையை ஊர் மக்கள் முற்றுகையிட்டதைப் போலிருந்தார்கள். நாட்டாரின் உடல் தகனம் செய்வதில்தான் விவகாரம். மலையாளப்பட்டி விவசாயிகள், நாட்டாருடைய கருணையால் சிறு நிலச் சுவான்தாரர்களாக மாறியவர்கள். அன்னாருடைய பூத உடலை அரும்பாவூர் மேட்டூர் சாலை அருகிலுள்ள பெரம்போக்கில் தகனம் செய்ய வேண்டும் எனக் கோருகிறார்கள். அப்படிச்செய்தால், பின்னர் அந்த இடத்தில் நாட்டாருக்கு நினைவாலயம் எழுப்பி நாளும் கிழமையும் அவரை வணங்கி நினைவு கூர்வோம் என்று காரணமும் கூறுகிறார்கள். நாட்டாரின் மகனும் சரி அப்படியே செய்யலாம் என்றார். ஆனால் நாட்டாரின் இனமக்கள் அதற்கு எதிர்ப்புத் தெரிவித்தனர். தம்முடைய இனமக்களுக்காக புதிதாக கட்டப்பட்டுள்ள மயானத்தில்தான் தகனம்செய்ய வேண்டும் என்பது அவர்களது வாதம். மலையாளபட்டி மக்கள் கேட்பதுபோல செய்தால் தங்கள் இன கௌரவம் போய்விடும் என்று முரண்டு பிடிக்கிறார்கள். ஆக அந்த நாட்டாரின் பூதவுடல் ரேழியில் கிடக்க, ஊர் மக்கள் இரு பிரிவுகளாகப் பிரிந்து கொண்டு மேற்கொண்டு ஆக வேண்டிய காரியங்களை கவனியாமல் இருந்தனர்.

இரு பிரிவினரும் அவர்கள் சொன்னதையே திரும்பத் திரும்ப சொல்லிக் கொண்டிருந்தனர். நேரம் ஆகிக் கொண்டே இருந்தது. வந்த உறவு முறைகள் காலையிலிருந்து அன்ன ஆகாரம் இன்றி தவித்தனர். ஒரு நல்ல மனிதருக்கு நல்ல சாவு என்று பேசியவர்களே இப்படி இக்கட்டான நிலைக்கு கொண்டு வந்துவிட்டதை நினைத்து என் மனம் வெதும்பியது. வந்தோம்; பார்த்தோம் என்று என்னால் போக முடியவில்லை. மனதில் ஏதோ ஒரு 'இட்சினி'. மெல்ல நாட்டாரின் மகனை அணுகி, அவரை தனியே அழைத்து முன்பின் அவர் அறிந்திராத என்னைப் பற்றி, இருபது வருடங்களுக்கு முன்னர் நாட்டாரை களத்து மேட்டில் சந்தித்தது முதல் அன்று இரவு அவருடன் தங்கியது. தன்

மாமனாரைப் பற்றி அவர் பேசியது, பின் மலையாளப்பட்டி நிலத்தைப் பற்றி அவர் எடுக்க இருந்த முடிவு, அதற்காக அவர் உழைத்த உழைப்பு எல்லாவற்றையும் சொல்லி, இந்த இரண்டு பேருக்கும் சாதகமாகவும் இல்லாமல் பாதகமாகவும் இல்லாமல் ஐயாவை நம்முடைய களத்து மேட்டிலே தகனம் செய்து விடலாமே என்று எனக்குத் தோன்றியதை அவரிடம் கூறினேன். உடன் அவர் தெளிவு பெற்றார். சோர்வு நீங்கி தெம்புற்றார். நாட்டாரின் உடலை களத்து மேட்டில் தகனம் செய்யப் போகிறோம் என்று அறிவித்தார். அடுத்த ஒரு மணி நேரத்தில் நாட்டாரின் பூதவுடல் களத்துமேட்டில் பஸ்பமாகியது.

"எந்த அரண்மனையும் சாசுவதம் இல்லை. களத்துமேட்டு மண்தான் சாசுவதம்" என அன்று அவர்சொன்னது நினைவுக்குவர கண்களில் நீர் மல்கியது.

O

12

அழைப்பு மணியை அடித்தவர்

அலை இசை இல்லம், ஆறாவது அவென்யூ, பெசன்ட் நகர், எதிரில் விரிந்த மணற் பரப்பு. அதை அடுத்து பரந்த நீர்வெளி. வங்காள விரிகுடா வானம் வந்து தொடும் தொலைவு வரை.

கார்த்திகை மாதம். எங்கோ தொலை தூரத்தில் உருவான காற்றழுத்தத் தாழ்வு மண்டலத்தின் பாதிப்பால் உசுஉசுவென்ற காற்றின் தாக்கம்.

சாரி சாரியாக மக்கள் அலைமோதும் சாலை வெறிச்சோடிக் கடந்தது. கதவைத் திறந்து வைத்துக்கொண்டு நாற்காலியில் சாய்ந்த வண்ணம் எதையாவது படித்துக் கொண்டிருக்கும் என்னால்கூட இயலாமல் கதவைத் தாழிட்டுக்கொண்டு வீட்டினுள் முடங்கிக் கிடந்தேன்.

காலை மாலைகளில் சந்தித்து அளவளாவுகின்ற நண்பர்களைக்கூட சந்திக்கவில்லை. கிராமவாசியைப் போல விரைவிலேயே இரவு உணவு உண்டு நித்திரையில் ஆழ்ந்தேன்.

இதமான சூழலில் சுகமான நித்திரையில் லயித்திருந்தபோது 'கிர்ன் கிர்ன்' என்ற ஓசை. என்ன சத்தம் இந்த அகால வேளையில் என்று முணகிக் கொண்டு புரண்டு படுத்தேன். மீண்டும் அந்த

ஓசை, சற்று வாளாயிருந்தேன். மீண்டும் மீண்டும் அந்த ஓசை. ஓ இது அழைப்பு மணியோசை அல்லவா என்று உணர்ந்து அலறியடித்து எழுந்து வாயிற்கதவை திறந்து பார்த்தேன். யாரும் இல்லை. என்ன மனப்பிரமை என்று நொந்து கொண்டு போய்ப் படுத்தேன்.

மீண்டும் அதே ஓசை. வாளாயிருந்தேன். திரும்பத் திரும்ப அதே ஓசை. உறங்க இயலவில்லை. எழுந்து வந்து வாசற் கதவருகில் நின்று கொண்டேன். மீண்டும் ஒலி கேட்டவுடன் மணி அடிப்பவனைக் கையும் களவுமாகப் பிடிக்க வேண்டும் என்ற எண்ணம்.

திரும்பவும் அந்த ஒலி கேட்டது. கதவைத் திறந்தேன். யாரும் இல்லை என்ன ஆச்சரியம். பேய், பிசாசு, பூதம் எதிலேயும் நம்பிக்கை இல்லாத என்னை ஒரு கணம் தடுமாற வைத்தது. ஆனாலும், கதவைத் திறந்து வைத்துக் கொண்டு, குளிரையும் பொருட்படுத்தாது அங்கேயே நின்றேன்.

திடீரென்று பலத்த காற்று. அப்போது தொடர்ந்து மணியோசை. அப்போதுதான் புரிந்தது. காற்றின் அழுத்தத்தால் அழைப்பு மணியின் சூட்சமம் அழுத்தப்பட்டு ஓசை உண்டாகிற தென்பது. ஆஹா வாயு பகவான் அல்லவா நம்வீட்டு அழைப்பு மணியை அடித்துள்ளார் என்று.

மறுநாள் நண்பர்கள் எல்லோரிடத்திலும் "நேத்து ராத்திரி கடவுள் என் வீட்டு காலிங் பெல்லை அழுத்தினார்" என்று கூறி பெருமைப்பட்டேன்.

○

13

கேள்விகள் தொடரும்

அங்கயற்கண்ணி ஒரு கூட்டத்திற்குப் புறப்பட்டுப் போய்க் கொண்டிருக்கிறார். அதைக் கூட்டம் என்று கூற முடியாது. ஒரு தொண்டு நிறுவனம். அந்த நகருக்கு வரும் அயல்நாட்டு வாழ் இந்தியர்களில் பொது வாழ்வில் பிரபலமாகாத ஆனால் அவரவர்கள் துறையில் முத்திரை பதித்தவர்கள் வருவதை அறிந்தால் அவர்களை அழைத்து ஓர் அறிமுக நிகழ்ச்சி நடத்துவது வழக்கம். நாற்பதைம்பது நபர்களுக்கு மேற்படாத கூட்டம். கூட்டம் என்பதை விடக் குழு என்பதே பொருந்தும். அந்த நிகழ்வு, சொற்பொழிவைப் போலத் துவங்கினாலும் கலந்துரையாடலாகவே முடியும். அங்கையற்கண்ணி தன் பெயரைச் சுருக்கி அண்ணி என்ற பெயரில் ஒரு சிறு கட்டுரை எழுதியிருந்தார். அது சமீபத்தில் தான் பிரபல ஆங்கில நாளிதழில் வெளிவந்தது. அந்தக் கட்டுரையை உடன் எடுத்துச் செல்கிறார். பயணத்தின்போது மீண்டும் ஒருமுறை படித்துப் பார்க்கிறார்.

நான் பத்தாண்டுகளுக்கு மேலாக ஆஃதிரேலியா, நியூசிலாந்து நாடுகளில் மேற்படிப்பு, சமூக மேம்பாடு சம்பந்தமான ஆராய்ச்சிகளில் ஈடுபட்டுத் தாயகம் திரும்பிய முப்பது வயதைக் கடந்த மணமாகாத பெண். இங்கு வந்த பிறகு இந்த ஆறு மாதங்களில் என் அம்மா, அப்பா, உறவினர்கள், பாட்டி

முறையினர், கேட்ட ஒரே கேள்வி "ஏன் நீ இன்னும் கல்யாணம் பண்ணிக்கலை?"

நான் வாசித்த, வசித்த வாழ்ந்த சிட்னி, ஆக்லெண்டு, டார்வின் நகரங்களைப் பற்றியோ அங்குள்ள மக்களைப் பற்றியோ அவர்களுடைய பழக்க வழக்கங்களைப் பற்றியோ, வாழ்க்கை முறையைப் பற்றியோ அவர்களுக்கு அக்கறையில்லை. நான் இறுதியில் இருந்த ஊர் டார்வின், அதை நகரமென்றே சொல்ல இயலாது. ஆனால் ஒரு பெருநகரத்தில் உள்ள எல்லா வசதிகளையும் கொண்டது. நம் முன்னாள் ஜனாதிபதி அப்துல்கலாம் அவர்களின் சிறந்த திட்டம் PURA. அதாவது நகர்ப்புற வசதிகளைக் கிராமப்புறங்களில் அமுலாக்குவது என்பது. டார்வினில் அது நிறைவேற்றப்பட்டுள்ளது. சென்னையிலிருந்து சிங்கப்பூர் எவ்வளவு தூரமோ அவ்வளவு தூரமே சிங்கப்பூரி லிருந்து டார்வின். PURA திட்டத்தை இங்கு நிறைவேற்ற நினைப்பவர்களுக்கு டார்வின் ஒரு முன்மாதிரி.

ஆனால் அதைப் பற்றியெல்லாம் என்னிடம் யாரும் கேட்பதில்லை. சொன்னாலும் காது கொடுத்துக் கேட்பதில்லை. திரும்பத் திரும்ப நீ எப்போது கல்யாணம் செய்து கொள்ளப் போகிறாய் என்றோ, ஏன் இன்னும் கல்யாணம் செய்து கொள்ள வில்லை என்றோ கேட்பார்கள். அந்த நாளில் வரதட்சணைக் கொடுமையால் மணமே ஆகாமல் ஏங்கித் தவிக்கும் முதிர்கன்னி களைப் பற்றி ஏறக்குறைய எல்லாத் தமிழ் எழுத்தாளர்களுமே கதை எழுதியிருக்கிறார்களாம். என் கதை அப்படிப்பட்டதல்லவே. என் தந்தை ஏராளமான சொத்துக்கு அதிபதி. நவீன நூற்பாலை, நட்சத்திர ஹோட்டல், பிரம்மாண்டமான திருமண மண்டபம், அவரின் ஒரே மகள் நான். எத்தனையோ வரன்கள் என்னைத் தேடி வந்தன. என் பெற்றோர்கள் என்னை வேண்டிக் கொண்டபோதெல்லாம் என் படிப்பைக் காரணம் காட்டினேன். ஆய்வின் அவசியத்தைச் சொன்னேன். அவர்களே என்னைப் புரிந்து கொண்டு பொறுமை காட்டினார்கள்.

ஆனால் இந்த உறவினர்கள், பாட்டிமார்கள் சமீபத்தில் ஒரு திருமணத்திற்குச் சென்றேன். நான் அவ்வளவாகத் தெரிந்திராத ஒரு பாட்டி சிரித்துக் கொண்டே என்னிடம் வந்து எல்லோர்

முன்னிலையிலும் அடுத்தது உன் கல்யாணம்தான் என்றாள். அப்போது எனக்கு அரசியல்வாதிகளைப் பற்றிய ஒரு சினிமா கேளிக்கை தான் நினைவு வந்தது. அரசியல்வாதிக்குப் பேரும் புகழும்தான் முக்கியம். அவன் கல்யாணம் வீட்டில் மாப்பிள்ளை யாக இருக்கத் துடிப்பான். இழவு வீட்டில் பிணமாகவும் தயங்க மாட்டான். அவனுக்கு வேண்டியதெல்லாம் அடுக்கடுக்கான மலர் மாலைகள்தானே. எனக்கு அந்தப் பாட்டியை ஏதாவதொரு இழவு வீட்டில் சந்தித்து அடுத்தது நீங்கள் தானே என்று கேட்க வேண்டும் போலிருக்கிறது. அப்போதாவது இந்தப் பாட்டிமார் களின் கேள்விகள் நிற்குமா?

அங்கயற்கண்ணி கூட்டம் நடக்கும் ஹாலை வந்தடைந்தார். குறிப்பிட்ட நேரத்தில் கூட்டம் துவங்குகிறது. அமெரிக்காவில் இருந்து வந்துள்ள பார்த்திபன் என்ற பொறியியல் வல்லுநர் அறிமுகப்படுத்தப்பட ·இருக்கிற சிறப்பு விருந்தினர். அவரைப் பற்றித் தொண்டு நிறுவன செயலர் பேசுகிறார்.

நம் இந்தியாவில் இருக்கும் ஜாஜாவைப் பற்றியோ ஜமுயியைப் பற்றியோ நீங்கள் கேள்விப்பட்டிருக்கிறீர்களா? இரண்டும் பீஹார் மாநிலத்தில் உள்ள ஊர்கள். முன்னது ஒரு பெரிய ரயில்வே சந்திப்பு. பின்னது சமீபத்தில் ஒரு மாவட்டத் தலைநகராக மாறிய ஊர். பீஹார் என்று சொன்ன உடனேயே உங்கள் மனதில் ஒரு அபிப்பிராயம் ஏற்பட்டுவிடும். அப்படித் தான் அமெரிக்காவில் சவுத்டகோட என்று ஒரு மாகாணம். அதில் ரேபிட் சிட்டி என்று ஒரு நகரம். வெளிநாட்டினர் அதிலும் குறிப் பாக இந்தியர்கள் அங்கு செல்லவே தயங்குவர். அப்படிப்பட்டி ஒரு நகரில் முப்பதாண்டுகளுக்கு மேலாக ஸ்கூல் ஆஃப் மைன்ஸ்ல் (School of Mines) பேராசிரியராக இருந்து வரும் கிருஷ்ணன் அவர்களின் மனம் கவர்ந்த ஆராய்ச்சி விஞ்ஞானி பார்த்திபன்.

பேராசிரியர் கிருஷ்ணனைப் பற்றி வர்ணிக்கையில் ஒரு கவிஞர், "நாம் வேடிக்கையாகக் கூறுவோம் அவன் கல்லில் நார் உறிப்பவன். இவன் மணலைக் கயிறாகத் திரிப்பவன்" என்று. பேராசிரியர் அவர்கள் உண்மையிலேயே கல்லிலிருந்து நார் உரித்திருக்கிறார். அதாவது பசால்ட் என்ற வகைக் கல்லிலிருந்து

கட்டுமானத்துறைக்கு உதவும் பைபர்ஸ் என்ற நாறைத் தயாரிக்கும் ஆராய்ச்சியில் வெற்றி பெற்றவர். அதே போல மணிலில் பசையைக் கலந்து ஒரு விதமான கயிறைத் தயாரிக்கிறார். அந்தக் கயிறைக் கொண்டு வலுவிழந்த கட்டடங்களைப் புனர் நிர்மாணம் செய்ய முடியுமாம். செய்து காட்டியுள்ளார். அப்படிப் புகழ் பெற்ற பேராசிரியர் கிருஷ்ணனால் மிகவும் கவரப்பட்ட போற்றப்பட்ட ஆராய்ச்சி மாணவர் பார்த்திபன் தான் இன்றைய நம் விருந்தினர்.

அவருடைய ஆராய்ச்சி ஆட்டோ ஹீலிங் கான்கிரீட். அதாவது தன்னைத்தானே சரி செய்து கொள்ளும் கான்கிரீட். அதாவது கான்கிரீட்டில் தோன்றும் விரிசலைத் தானே மூடிக் கொள்ளும் தன்மை வாய்ந்தது. அப்படிப்பட்ட கான்கிரீட் நடைமுறைக்கு வந்து விட்டால் நம் வீட்டுக்கு நாம் செலவிடும் பராமரிப்புத் தொகை கணிசமாகக் குறைந்துவிடும். அப்படிப்பட்ட ஒரு வெற்றிகரமான ஆராய்ச்சியை முடித்தவர்தான் டாக்டர் பார்த்திபன் அவர்கள். அவரை இப்போது உங்கள் முன் பேச அழைக்கிறேன்.

இனி பார்த்திபன்,

"நான் வாழ்கின்ற ஊரைப் பற்றியும் என்னுடைய பேராசிரியரின் ஆராய்ச்சியைப் பற்றியும் மிகவும் இரத்தினச் சுருக்கமாக, ஆனால் எளிதில் மனதை விட்டு நீங்காவண்ணம் உவமை நயங்களோடு உங்கள் செயலர் எடுத்துரைத்தார். நான் பேராசிரியரால் மிகவும் கவரப்பட்ட போற்றப்பட்ட ஆராய்ச்சி மாணவர் என்றார். ஆராய்ச்சிக்கு நான் தேர்ந்தெடுத்தப் பொருளும் அதில் காட்டிய ஈடுபாடும் அல்லும் பகலும் ஆராய்ச்சிக் கூடத்தில் தவமிருந்த காரணத்தாலும் பேராசிரியர் என்பால் ஈர்ப்பு கொண்டார். அவருக்கு நான் என்றும் கடமைப்பட்டவன். அவர் அளித்த ஆக்கமும் ஊக்கமும்தான் என்னை இயக்கியது. அவையே எனக்கு வெற்றியையும் தந்தது. பேராசிரியரின் ஆராய்ச்சி பற்றிக் கவிஞர் நாலே வாக்கியங்களில் நயம்படச் சொன்னார். அவரைப் பின்பற்றி நானும் எளிய முறையில் என் ஆராய்ச்சி பற்றிச் சொல்கிறேன்."

யுகம்யுகங்களாக அழியாமலிருக்கும் கரப்பான் பூச்சி, கல்லுக்குள் இருக்கும் தேரை, மூடி மறைக்க மறக்கப்பட்ட,

மழைநீர் பட்டதும் முகிழ்தெழும் காளான்கள், கடலில் மூழ்கிக் கிடக்கும் பாறைகளில் வளரும் சிப்பிகள் ஏன் புற்றீசல்களைப் போல என்று வர்ணிப்பார்களே அந்த ஈசல்கள் இவைதான் என ஆராய்ச்சிக்கு வித்துகள்.

கிருமிகள் என்றாலே ஏதோ வெறுக்கத்தக்கவையாக நாம் எண்ணுகிறோம். ஆனால் நன்மை பயக்கும் கிருமிகள் நம் வாழ்வுக்கு எவ்வளவோ வழிகளில் உதவிக் கொண்டிருக்கின்றன. நாம் அன்றாட உண்ணும் தோசை, இட்லி, ரொட்டி இவற்றின் மாவைப் புளிய வைப்பதே கிருமிகள்தானே. அதைப் போல கான்கிரீட் கலவையில் சிலவகையான நன்மை பயக்கும் கிருமிகளைக் கலப்பதால் அந்தக் கிருமிகள் கான்கிரீட் விரிசலடையும் போது வேலை செய்யத் துவங்குகின்றன. அவை கான்கிரீட்டை விரியவைத்து விரிசலை மூடிக்கொள்ள உதவும். அதனால் கான்கிரீட் என்றென்றும் விரிசலில்லாமல் இருக்க உதவும். அதற்கு 'பாக்டீரியல் கான்கிரீட்' என்று பெயர் பதிவு செய்துள்ளோம்.

இந்தப் பரிசோதனை எங்கள் ஆராய்ச்சிக் கூடத்தில் கடந்த பத்தாண்டுகளாக நடந்து கொண்டிருக்கிறது. ஆராய்ச்சி ரீதியில் வெற்றிதான். இன்னும் சில ஆண்டுகளில் இது நடைமுறைக்கு வரும் என்றே நான் நம்புகிறேன். தொழில் வல்லுநர்களுடன் சேர்ந்து இந்த வகை கான்கிரீட்டை உபயோகித்து ஒரு மாதிரி கட்டடம் கட்டி அதைக் கூர்ந்து கவனிக்க இருக்கிறோம். அதன் பின்னர் இந்த வகை கான்கிரீட் நடைமுறைக்கு வந்து எதிர்காலத்தில் இது ஓர் இன்றியமையாத கான்கிரீட்டாக இருக்கும் என்ற நம்பிக்கை எங்களுக்கு இருக்கிறது."

பார்த்திபன் பேச்சை முடித்தவுடன் பார்வையாளர்கள் நீண்ட நேரம் கைதட்டித் தங்கள் போற்றுதலை வெளிப்படுத்தினார்கள்.

கூட்டம் பார்வையாளர் வசம் ஒப்படைக்கப்படுகிறது. சிலர் எழுந்து ஆராய்ச்சி சம்பந்தமான ஐயப்பாடுகளைத்தெளிவு பெற நினைத்தார்கள். ஆராய்ச்சி நுண்ணறிவும் தொழில் நுட்பமும் நிறைந்திருந்ததால் விவாதத்தில் அனைவருக்கும் அவ்வளவு ஈடுபாடில்லை. அப்போது ஒருவர் எழுந்து, "உங்களை அறிமுகப்படுத்திய செயலர் தங்களைப் பற்றி எதுவுமே

கூறவில்லை. அதனால் தங்கள் ஊர், பெற்றோர், மனைவி மக்கள் இவற்றைப் பற்றிச் சொல்லலாமா?" என்று கேட்டார்.

"எனது ஊர் பொள்ளாச்சிக்கும் உடுமலைப்பேட்டைக்கும் இடைப்பட்ட மடத்துக்குளம். பெற்றோர்கள் விவசாயிகள், ஒரே பிள்ளை, வயது நாற்பதை நெருங்க இரண்டாண்டுகள் இருக்கின்றன. திருமணம் செய்துகொள்ளவில்லை."

கூட்டத்தில் ஒருவர் "ஏன்?" என்று கேட்கிறார்.

"வாழ்க்கை என்பது திருமணம் செய்து கொள்வது மட்டுமே அல்ல. என்னுடைய ஆராய்ச்சித் தொழில் முறைக்கு வந்து வெற்றி பெருவதையே நான் கனவு காண்கிறேன்."

கூட்டம் நிறைவு பெற்றதும் அங்கயற்கண்ணி பார்த்திபனைச் சந்தித்துச் சுய அறிமுகம் செய்து கொண்டு "ஒரு ஐந்து நிமிடம் எனக்காக ஒதுக்க முடியுமா?" என்று கேட்கிறார். அனுமதி கிடைத்ததும் தான் எழுதிச் சமீபத்தில் வெளியான கட்டுரையை நீட்டுகிறார். பார்த்திபன் கட்டுரையை ரசித்துப் படித்துப் புன்முறுவல் பூக்கிறான்.

'Are we not thinking a like?' (நாம் இருவரும் ஒரே மாதிரி நினைக்கிறோம் அல்லவா?) அங்கயற்கண்ணி கேட்கிறார்.

"இருந்தாலும் அந்தப்பாட்டி மீது உங்களுக்கு அவ்வளவு கோபம் தேவையில்லை" பார்த்திபன் அபிப்பிராயப்பட்டான்.

இருவர் உள்ளத்திலும் சற்றே சலனம். ஒருமித்த கருத்துள்ள வர்கள் ஒன்று கூடினர். தங்கப்பாவின் சங்கப்பா ஆங்கில மொழி பெயர்ப்பு. Love Stands Alone. காதல் தனித்தோங்கி நிற்கிறது.

இருவர்களுடைய பெற்றோர்களும் மனம்குளிர இதயம் பொங்க அங்கயற்கண்ணி பார்த்திபன் திருமணம் நடைபெறுகிறது.

பாட்டிமார்கள் இனி கேள்வி கேட்க மாட்டார்கள்.

யார் சொன்னது? இதோ அடுத்த கேள்வி.

"எப்பம்மா விசேஷம்? வயத்திலே புளு பூச்சி ஒண்ணும் இல்லியா?"

14

மனம் படும் பாடு

"அரசி நேரமாச்சும்மா. இன்னம் புறப்பட வில்லையா?" தன் மனைவியை அரவிந்தன் துரிதப்படுத்தினான்.

"மங்கை ஏதாவது வேணுமாம்மா. வேணும்னா சொல்லும்மா" என்று விசாரித்தாள் அரவிந்தனின் தங்கை மதி.

இருவருமே மங்கையர்க்கரசியைத்தான் அவரவர்கள் பாணியில் அரசி என்றும் மங்கை என்றும் அழைத்தார்கள்.

"ஒன்னும் வேணாம். எல்லாம் இருக்கு. இதோ நொடியில புறப்படறேன்" இருவருக்கும் பதில்சொன்னாள் மங்கையர்க்கரசி.

"சீக்கிரமா போனாத்தான் மண்டபத்திலே கார் நிறுத்த இடம் கிடைக்கும். இல்லாட்டி தள்ளிப்போய் சாலையோரமா நிறுத்திட்டு நடந்து வரணும்" அரவிந்தன் அவசரப்படுத்துவதற்கான காரணத்தை சொன்னான்.

அரவிந்தனும் மங்கையர்க்கரசியும் சென்னை வாசிகள். புதுச்சேரியில் நடக்கும் ஒரு திருமண வரவேற்புக்கு வந்தவர்கள். தங்கை மதியின் வீட்டில் சற்று இளைப்பாறி உடை மாற்றிக் கொண்டு திருமண வரவேற்புக்கு செல்பவர்கள்.

சற்றுநேரத்தில், "நான் தயார்" என்று வந்தாள் மங்கை.

அவளைப் பார்த்து, ''என்னம்மா முகம் வாடின மாதிரியிருக்கு?" என்று மதி கேட்டாள்.

''ஒன்னுமில்லை. இந்த வெய்யில்ல வந்தது. லேசா தலைவலி. எல்லாம் சரியாப் பூடும். வாங்க போலாம்." மங்கை அழைத்தாள்.

மதியையும் மங்கையையும் கல்யாண மண்டப வாயிலில் இறக்கிவிட்டு காரை உரிய இடத்தில் நிறுத்தி, பிறகு வந்தான். மூவரும் ஒன்றாக மண்டபத்தில் நுழைந்தனர். பன்னீர் தெளிப்பு, சந்தனம், பூ கல்கண்டுடன் வரவேற்றனர்.

மனிதர்களால் உள்ளொன்று வைத்து புறமொன்று பேச முடியும். ஆனால், அவர்களுடைய அகத்தின் அழகு முகத்தில் தன்னால் தெரியும். மங்கை தலைவலி என்று சமாளித்தாலும் அவள் அகத்தில் இருந்த கவலை முகத்தில் வெளிப்பட்டுக் கொண்டுதான் இருந்தது. கல்யாண கும்பலில் அவளால் குதூகலத்தோடு கலகலப்பாக அணிந்து கொள்ள எடுத்து வந்த கனமான செயினைக் காணவில்லை. மூன்றே பவுன்தான். அதை நெக்லெசுடன் அணிந்து கொண்டால் பார்டர் கட்டியதுபோல எடுப்பாக இருக்கும். எல்லா விசேஷத்திற்கும் அப்படி அணிந்து கொள்வதுதான் அவள் வழக்கம். அதற்காகத்தான் நெக்லசையும் செயினையும் எடுத்து வந்தாள். உடை மாற்றியவுடன் நெக்லெசை அணிந்து கொண்டு அந்தச் செயினைத் தேடினாள். கிடைக்க வில்லை. பையில் நன்றாகத் தேடினாள். தலை கீழாக உதறியும் பார்த்தாள். செயின் கிடைக்கவில்லை. மனம் பகீரென்றாயிற்று.

யார் திருடியிருப்பார்கள்? வந்த இடத்தில் யாரை சந்தேகப்படுவது? மதியின் வீட்டில் நான்கைந்து வேலைக்காரர்கள். வீடு வாசல் பெருக்கித் துடைக்க ஒரு ஆயா ; பத்து பாத்திரம் தேய்க்க, துணி துவைக்க ஒரு ஆள்; சமையலுக்கு தனி ஆள்; மேலும் வெளியில் சென்று சாமான் வாங்க, எடுபிடி வேலை செய்ய ஒரு ஆள்; இவ்வளவு மில்லாமல் கார் டிரைவர் அடிக்கடி வந்து போவான். அவ்வப்போது யாராவது வந்து அவர்கள் வீட்டு விசேஷத்திற்கு அழைப்பது, பள்ளிக் கூடத்தில் இடம் வாங்க,

பையனுக்கு வேலை தேட, ஊர்க்கோயிலில் கும்பாபிஷேகம், அன்னதானம் என்று எப்போதும் யாராவது வந்து போய்க் கொண்டிருப்பார்கள். இந்த சந்தடியில் யார் இதைச் செய்திருப்பார்கள்? எப்படி கண்டுபிடிப்பது? கண்டுபிடிப்பது இருக்கட்டும். இதை எப்படி வெளியில் சொல்வது என்று குழம்பியவளாய் யாரிடமும் செயின் காணவில்லை என்பதைச் சொல்லவில்லை. ஆனாலும், அவள் மனம் அதிலிருந்து மீளவில்லை. செயினைத் தேடிக்கொண்டிருந்ததால் அவள் அலங்காரம் செய்து கொள்ள தாமதம் ஆயிற்று. அதற்குள் அண்ணனும் தங்கையும் இன்னும் புறப்படவில்லையா? என்று அவசரப்படுத்தினார்கள்.

இங்கு கல்யாண வீட்டில் யாரிடமும் சரியாக முகம் கொடுத்து பேச முடியவில்லை. மனதில் அந்த செயினை யார் எடுத்திருப்பார்கள் என்றே சிந்தனை. காரிலிருந்து இறங்கும்போது பையை வாங்கிக்கொண்டு போன வேலைக்காரர் மேல் சந்தேகப்பட முடியாது. அவன் பையை ஹாலில் வைத்துவிட்டு வெளி வராந்தாவுக்கு போய் விட்டான். ஹாலிலிருந்து மதிதான் அறையில் எடுத்து வைத்தாள். மதியைப் போய் சந்தேகப்பட முடியுமா?

தான் உடை மாற்றுவதற்கு சற்று முன்தான் ஒரு வேலைக்காரி அந்த அறைக்குள் துடைப்பமும் முறமுமாக சென்று சுத்தப்படுத்திவிட்டு வந்தாள். அவள் ஒன்றும் அப்படி தாமதம் செய்யவில்லை. போனவள் போன சடுதியில் வேலையை முடித்து விட்டு வந்தாள். அவளா எடுத்திருக்க முடியும்? முடியாதே. ஆனால் வந்தவள் நேரே சமையற்காரனிடம் ஏதோ பேசிக் கொண்டிருந்தாள். சற்று நேரத்திற்கெல்லாம் சமையற்காரன் மதியிடம், 'அம்மா இராத்திரி சமையல் வேலைதான் இல்லையே நான் போவுட்டுமா?' என்று சொல்லிவிட்டுப் போனான் ஒருவேளை வேலைக்காரி சமையல்காரன் மூலம் செயினை கொடுத்தனுப்பி இருப்பாளோ? சேச்சே. அப்படி எல்லாம் இருக்காது. திருட்டுக்கு யாரும் கூட்டு சேர்க்க மாட்டார்கள். அப்படி சேர்ந்தால் ஒரு நாள் இல்லாவிட்டாலும் என்றாவது ஒரு நாள் குட்டு வெளிப்பட்டு விடும் என்று அஞ்சுவார்கள். அதனால் அப்படி இருக்க முடியாது. இப்படி மனம் பலவாறு சிந்தித்துக் கொண்டிருந்தது.

மண்டபத்தில் யார் யாரையோ அறிமுகம் செய்து வைத்துக் கொண்டிருந்தாள். அவள் உள்ளூர் வாசி. பலருடன் அன்றாடம் பழகுபவள். மங்கையோ சென்னையிலிருந்து இதுபோல கல்யாண காரியங்களுக்கு அவசர அவசரமாக வந்து போகிறவள். நெருங்கிய உறவினர்களைத்தவிர மற்ற விருந்தினர்களை யார் என்ன உறவு என்று தெரிந்திருக்கவில்லை. அதனால் மதி எதிர்ப்பட்டவர்களையெல்லாம் அறிமுகப்படுத்தினாள். மங்கை அவர்களையெல்லாம் பார்த்து சிரித்த வண்ணம் கும்பிட்டாளே யன்றி, அவர்கள் முகமும் எந்த பந்தம் என்ற விவரமும் மனதில் பதியவில்லை. அவளுடைய சிந்தனையெல்லாம் மதியின் வீட்டில் தங்கியிருந்த இரண்டு மணி நேரத்தில் யார் யார் வந்தார்கள்? அந்த அறைக்குள் வேறு யாராவது போனார்களா என்பதிலேயே ஆழ்ந்தது. அவள் அறிய மதி மற்றும் அந்த அறையை சுத்தம் செய்த வேலைக்காரி இருவர் மட்டுமே போனார்கள். மதியை ஒதுக்கினால் அந்த வேலக்காரி மட்டுமே திருடியிருக்க வேண்டும். ஆனாலும் அதை வெளியில் சொல்ல மனமில்லை. ஒருவேளை அவள் எடுக்காமலிருந்தால் வீணாக பழியை சுமத்துவது போலாகிவிடுமே என்ற பயம்.

அதற்குள் எல்லோரும் சாப்பிடச் சென்றார்கள். மதியும் மங்கையும் உடன் சென்றார்கள். அப்போது மதி, மங்கையைப் பார்த்து, "என்னம்மா தலைவலி இன்னுமா போகலை, முகம் தெளியலையே?" என விசாரித்தாள்.

"மண்டபத்தில் ஏ.சி. கொஞ்சம் அதிகம். ஒரே குளிர். அதுதான் ஒரு மாதிரியா இருக்கு." மங்கை மழுப்பினாள்.

"என்ன இது? இந்தப் பொண்ணு, அப்போ வெய்யில் அதிகம், அதனாலெ தலைவலியின்னா. இப்ப ஏ.சி. ரொம்ப ஜாஸ்தி, ஒரே குளிர், அதான் ஒரு மாதிரியாயிருக்குங்கறா" என்று மதி மனதில் நினைத்துக் கொண்டாள். சொல்லவில்லை.

சாப்பிடும்போதும் மங்கையர்க்கரசி 'ஏனோ தானோ' என்றே இருந்தாள். எப்போதும் கல்யாண சாப்பாட்டில் ஏதாவது புதிதாக ஒரு அயிட்டம் பரிமாறினால் இதுக்கு என்ன பேரு? எப்படி செய்யறது? என்றெல்லாம் கேட்கக் கூடியவள் இன்று எதுவுமே பேசாது சாப்பிட்டு முடித்தாள்.

"அந்தப் புது பலகாரம் எப்படி இருந்தது? உனக்குப் பிடிக்கலையா?" மதி கேட்டாள்.

"எந்தப் பலகாரத்தைச் சொல்றீங்க?" மங்கை கேட்டாள்.

'கச்சோரியும் பாதுஷாவும் கலந்த மாதிரி இனிப்பாகவும் காரமாகவும் இருந்ததே. நடு இலைலெ வச்சிருந்தாங்களே."

"புது மாதிரித்தான் இருந்தது..." மங்கையர்க்கரசி ஏதோ சொல்லி சமாளித்தாள். ஒரு வழியாக கல்யாண மண்டபத்திலிருந்து வெளியில் வந்தால் போதும் என்றிருந்தது அவளுக்கு. மதி எல்லோரிடமும் விடைபெற்று வர, சற்றே தாமதமாயிற்று. அந்த சமயத்திலும் மங்கையின் நினைவு காணாமற் போன செயினைப் பற்றியே. அதை யார் எடுத்திருப்பார்கள்? எப்படி கண்டு பிடிப்பது? என்பதே யோசனையாக இருந்தது. ஒரு வழியாக வீடு வந்து சேர்ந்தார்கள்.

"மங்கை போய் படும்மா. உனக்குத்தான் தலைவலியா இருந்ததே. அண்ணன் காலம்பற அஞ்சு மணிக்கே புறப்படனும்னு சொல்றாரு. போய்ப் படுங்க" என்று மதி அவர்களை மாடிக்கு அனுப்பி வைத்தாள்.

படுக்கையில் படுத்த அரவிந்தன், "லைட்டை அணைச்சுட்டு, சீக்கிரம் தூங்கும்மா. காலம்பற நாலரை மணிக்கே எழுந்திருக் கணும். அப்பத்தான் அஞ்சு மணிக்கு புறப்பட முடியும். அஞ்சு மணிக்கு புறப்பட்டாதான் எட்டுமணி வாக்கில் சென்னை சேரலாம்" என்றான். மங்கையர்க்கரசி லைட்டை அணைத்து விட்டாள். ஆனால் உறக்கம்தான் வரவில்லை. காணாமற்போன செயின் அவள் மனதைக் குடைந்து கொண்டிருக்கும் போது உறக்கம் எப்படி வரும்? புரண்டு புரண்டு படுத்தாள்.

"என்ன இன்னும் தூங்கலியா?" அரவிந்தன்.

"இல்லிங்க. தூக்கம் வரமாட்டேங்குது. நெக்லெசோடு போடுவேனே அந்தச் செயினைக் காணலிங்க. அதுதான் என்னைப் படுத்துது. தூங்க முடியலை."

"அதுக்கு ஒரு திருடணும் வரலெ. நீ வீட்லேயே வச்சுட்டு வந்திருப்ப. பேசாமப் படு. ஊர்லெ போய் பாப்போம்" சற்றே

அலட்சியமாக அரவிந்தன் சொல்லிவிட்டு கண்களை மூடிக் கொண்டான்.

ஆனால், மங்கையர்க்கரசிக்கு சென்னையிலிருந்து செயினை எடுத்துக் கொண்டு வந்தது நன்றாக நினைவிருக்கிறது. அது காணாமல் தான் போய்விட்டது. யாரோ திருடிவிட்டார்கள் என்பதை திடமாக நம்பியதால், அவளால் அரவிந்தனைப் போல நிம்மதியாக உறங்க முடியவில்லை. மனம் அலைமோதிக் கொண்டேயிருந்தது.

ஒரு வழியாக மறுநாள் காலை எட்டுமணிக்கெல்லாம் சென்னை வந்து சேர்ந்தார்கள். வந்ததும் வராததுமாக அரவிந்தன், "அந்தச் செயின் இருக்கிறதா பார்" என்றான். அவளும் கணவன் சொல்லைத் தட்டாமல் தேடினாள். செயின் கிடைக்கவில்லை. "நான் ஊருக்கு போகும்போது பையில் எடுத்து வைத்தேன். காணாமல் போனது போனதுதான்" என்று மீண்டும் புலம்பினாள்.

கணவன் அலுவலகம் சென்ற பின் மங்கை, அந்தப் பையை எடுத்து திறக்க முயன்றாள். ஜிப்பை இழுக்க முடியவில்லை. தேங்காய் எண்ணெய் தடவிவிட்டு தன்னாலான மட்டும் முயன்று பார்த்தாள், முடியவில்லை. உடனே அருகிலிருந்த 'பேக் கிளினிக்' கிற்கு எடுத்துக்கொண்டு போய், "இந்த ஜிப்பை இழுத்து பையைத் திறக்க முடியலிங்க" என்று கொடுத்தாள்.

அவனும் 'க்ளிப்பரை' வைத்துக்கொண்டு போராடினான். முடியவில்லை. ஜிப் சிக்கிக் கொண்டிருக்கிறது. வெட்டியெடுத்தால் தெரியும் என்று சொல்லிவிட்டு கத்திரிக்கோலால் ஜிப்பின் அடிப்பகுதியை வெட்டினான்.

காணாமற்போன செயின் அங்கே கண்டெடுக்கப்பட்டது. மங்கையின் மகிழ்ச்சிக்கு அளவு உண்டோ?

ஆனால், அதற்கு முன் ஒரு இருபது மணி நேரம் அவள் மனம் பட்ட பாடு...

○

15
அந்திப் பொழுதில் அடுத்தடுத்த நிகழ்வுகள்

அந்திப் பொழுது. அகன்ற கடற்கரை. விரிவான சாலை. விசாலமான நடைபாதை. அதையொட்டி பளபளக்கும் கல்பாய்ந்த மேடை. நடைபயில்வோரும் உலா வருவோரும் அவ்வப்போது அதில் அமர்ந்து ஓய்வெடுப்பர். அந்த மேடையிலேயே அமர்ந்து அளவளாவி மாலைப் பொழுதை கழிப்போரும் உண்டு.

அப்படி அமர்ந்திருப்பவர்களிடம் ஒரு மூதாட்டி தடியூன்றிய வயோதிகன் ஒருவனை அழைத்துக்கொண்டு, 'ஐயா இந்த கண் தெரியாத கபோதிக்கு தர்மம் போடுங்கய்யா' என்று வயோதிகனைக் காட்டி கெஞ்சுகிறாள். ஒரு சிலர் சில்லரை நாணயங்களை வழங்கினர். ஒரு முதியவரிடத்தில் வந்து வெகு நேரம் நின்று தர்மம் கேட்டாள். அந்த முதியவர் எதுவும் பேசாமல் காசும் கொடுக்காமல் பாராமுகமாக அமர்ந்திருந்தார். பொறுமை இழந்த கண் தெரியாத கபோதி, "மூஞ்சியப் பாத்தா தெரியல. தர்மம் போடறதும் போடாததும், நகந்து போம்மா. நாலு பேரைப் பாக்கலாம். இந்தக் கசுமாலத்துக்கிட்ட நின்னுகிட்டு" என்று துணைக்கு வந்த கிழவியை நகரச் சொல்கிறான்.

அப்பால் சற்று நேரத்தில் நடுத்தர வயதுப் பெண் ஒருத்தி இடுப்பில் குழந்தையை வைத்துக் கொண்டு, 'ஐயா குழந்தைக்கு பால் வாங்கணும் காசு கொடுங்கய்யா' என்று பரிதாபமாகக்

கேட்கிறாள். இரண்டொருவர் அவர்களிடமிருந்த சில்லரைப் போடுகின்றனர். அப்போது ஒரு பெண் ஓடி வந்து, “எங் கொழந்தையை கொடுடி. எம்புள்ளெய தூக்கிக்கிட்டுவந்து நீ சம்பாதிக்கிறியா” என்று கடிந்து குழந்தையை வாங்கிக் கொண்டு அணைத்து முத்தம் கொடுத்துக் கொண்டே செல்கிறாள்.

இன்னும் சற்று அப்பால் ஒரு பெரியவர், ‘ஏதாவது தர்மம்’ என்றுகேட்கிறார். அமர்ந்திருப்பவர் ‘கையில் காசில்லை’ என்கிறார். உடனே அந்தப் பெரியவர், “எப்ப வெளியிலே போனாலும் பையிலெ கொஞ்சம் பணம் எடுத்துக்கிட்டு போங்க. எனக்கு தர்மம் பண்ணனும்ங்கிறதுக்காக நான் சொல்லலெ. ஒங்களுக்கே ஒரு ஆத்தரம் அவரசத்துக்கு உதவும்” என்று உபதேசித்துவிட்டு நகர்கிறார்.

இன்னும் சற்று அப்பால் மூன்று நான்கு திருநங்கையர்கள் கூடிச் சென்று ஆங்காங்கே அமர்ந்திருக்கும் இளம் காதல் தம்பதியரிடம் முதுகைத் தட்டி கன்னத்தைக் கிள்ளி பையிலுள்ள பணத்தை பிடுங்காத குறையாக வாங்கிச் செல்கின்றனர். அருகிலேயே ஒரு நிறை கர்ப்பிணிப் பெண் மிகுந்த பிரயாசையுடன் பிச்சை கேட்கிறாள். அதைப் பார்த்து ஒருவர், ‘அது நெஜ கர்ப்பமல்ல. வவுத்திலெ துணிய சுத்திக்கிட்டு வந்து நடக்கிறதா’ என்று பக்கத்திலிருப்பவருக்கு விளக்குகிறார்.

சற்று நேரத்தில் அங்கே ஒரு இளைஞன் சக்கரங்கள் வைத்த பலகையில் அமர்ந்து கொண்டு, “ஐயா காலில்லாத முடவன் ஏதோ ஒங்களால ஆன உதவி” என்ற கெஞ்சிக் கொண்டு நகர்கிறான். சிலர் இரக்கப்பட்டு உதவுகிறார்கள். சிலர் அநுதாபம் காட்டிவிட்டு நகர்கிறார்கள். பலர் அவனைக் கண்டு கொள்ளவே இல்லை. நடைபாதை முடிவில் அவன் எழுந்து பலகையை கட்கத்தில் வைத்துக் கொண்டு ‘நாட்லெ தர்ம சிந்தனையே அத்துப் போச்சு’ என்று விமர்சனம் செய்து கொண்டு நடந்து போகிறான்.

அந்த நடைபாதையில் ஒரு பரட்டைத் தலைப் பெண் எல்லோரிடமும் வாய்பேசாமல் கையை நீட்டிக் கொண்டு போகிறாள். ஒரு வயதானவர், “போமா அப்பாலெ. இங்கே வயசானவங்க ஒக்காந்து காத்து வாங்கறோம்” என்று விரட்டினார்.

உடனே பரட்டைத் தலை, பிசாசாக மாறி, "நா ஒன்னை கூப்டனா, காசிருந்தா கொடு. இல்லே சும்மா கெட. வயசானவராம் வயசு..." என்று பொருமித் தீர்த்தாள்.

இன்னும் சற்று அப்பால் இரு முதியவர்கள் அமர்ந்து விவாதித்துக் கொண்டிருக்கிறார்கள். 'வரவர இந்த பிச்சைக்காரங்க தொந்தரவு ரொம்பவே கூடிப் போச்சுங்க. மற்றவர் அதற்கு விளக்கம் தருகிறார்.'

"அது காலங்காலமாக வர்ற பழக்கம். நம்ம பண்பாடும் கலாச்சாரமும் அப்படிங்க. கிராமத்தில காலங்காலமா பரம்பரை பரம்பரையா சேவை செய்யறவங்களுக்கு கூலி எங்க கொடுக்கிறாங்க. துணி வெளுக்கிறவங்க, மருத்துவம் பாத்து தலை முடி திருத்துறவங்க, எல்லாத்துக்கும் அன்னாடம் ராத்திரி பிச்சை போடற மாதிரி மீந்து போன சோத்தை தானே போடுவாங்க. அதுவும் கூடையை எடுத்துக்கிட்டு ராவுலெ வந்து 'சாமி சோறு போடுங்க'ன்னு கூப்பிடணும். வருசத்துக்கு ஒருவாட்டி ஒரு சின்ன சாக்கு, தவசம் கொடுப்பாங்க. அது தானெ கூலி. வருசம் பூரா துணி வெளுக்கறது, குழந்தைங்களெ குளிப்பாட்டறது, சவரம் பண்றது, மருத்துவம் பார்க்கிறது எல்லாம் செய்யனும். அதுக்கு என்ன கொடுக்கறாங்க? அறுவடை சமயத்திலெ ஒரு சின்ன மூட தவசம். மத்தபடி அன்னாடம் ராப்பிச்சை தானே எடுக்கனும். இதுதான் நம்ம பரம்பரை வழக்கம். பழக்கம். அதனாலெதான் இங்க வந்தும் பிச்சை எடுக்குறாங்க."

என்ன ஒரு அரிய விளக்கம். சமூகவியல் ஆய்வாளர். ஆய்வாளர்கள் அலசவேண்டிய பிரச்சினை அல்லவா? ஒரு வேளை அவரும் ஒரு ஓய்வு பெற்ற சமூகவியல் பேராசிரியரோ என்னவோ யாரறிவார். தெரிந்த முகங்கள். தெரியாத நபர்கள்.

இத்தனை நிகழ்வுகளுக்கிடையில் நடைபாதை மேடையை ஒட்டிய கடல் மணற்பரப்பில் ஒரு டொம்பக் குறவர் குடும்பம் வருகிறது. முப்பது வயது மதிக்கத்தக்க ஆண், அவனைவிட சற்றே இளைய பெண், எட்டு வயது சிறுமியும், நான்கு வயது சிறுவனும், ஆண் இரண்டு மூங்கில் களிகளை நட்டு அவற்றை ஒரு கயிற்றால் இணைத்து கயிற்றின் இரு முனைகளையும் மணலில் புதைத்த கொம்புகளில் கட்டுகிறான். உடனே பெண்

பறை அடிக்கிறாள். சத்தம் கேட்டு மக்கள் திரும்பிப் பார்க்கிறார்கள். ஆண் அந்த சிறுமியை கயிற்றின் மேல் நிற்க வைத்து கையில் ஒரு கோலைக் கொடுக்கிறான். "பாருங்க, பாருங்க. இந்த சின்ன பொண்ணு கயித்தில நடக்குது பாருங்க, பாருங்க" என்று குரல் கொடுக்கிறான். நான்கு வயதுச் சிறுவன் ஒரு துண்டை விரித்துப் போட்டு, அதன் முன் அமர்கிறான். பெண் பறையை மும்முரமாக அடிக்கிறாள். விரித்த துண்டில் சிலர் காசுகளைப் போடுகின்றனர். சிறுமி முன்னும் பின்னும் கயிற்றில் கோலால் சமாளித்துக் கொண்டு நடக்கிறாள். சிறுமியின் சாகசம் எல்லோர் கவனத்தையும் ஈர்க்கிறது. துண்டில் காசும் தாராளமாக விழுகிறது.

இந்த நேரத்தில் எங்கிருந்தோ இரண்டு காவலர்கள் அந்தக் குடும்பத் தலைவனைப் பார்த்து "டேய் ஒழுங்கா ஓடிடு. இல்லெ ஸ்டேசனுக்கு இழுத்துக்கிட்டு பூடுவேன்" என்று விரட்டுகிறார். அவன் குழந்தையை கொடுமைப்படுத்துகிறானாம். குழந்தை வதைத் தடுப்புச் சட்டத்தை அமுல்படுத்துகிறார்கள் காவலர்கள். அவர்கள் "உங்கள் சேவகர்கள். உங்கள் நண்பர்கள் அல்லவா?" பயந்துபோய் தப்பித்தோம் பிழைத்தோம் என்று அந்த ஊழை டொம்பக் குறவர். குடும்பம் தனது ஆஸ்திகளை சுருட்டி எடுத்துக் கொண்டு நகர்கிறது.

சின்னஞ்சிறுசுகளை பள்ளி நேரம் தவிர்த்து மற்ற நேரங்களில் டென்னிஸ், ஸ்கேட்டிங், நீச்சல், நடனம், சங்கீதம், ஓவியம், ஸ்லோகம் ஒப்புவித்தல் என்று பலவிதமான கலைகளிலும் ஈடுபடுத்தி, வாட்டி வதக்கி அந்தந்த கலைகளில் போட்டி வைத்து உயர் போலீஸ் அதிகாரிகளின் தலைமையில் பரிசுகள் வழங்கினார்கள் அவர்களின் சிப்பந்திகள், 'நமது நண்பர்கள், நமது சேவகர்கள்' கடற்கரை நடைபாதையில் நிகழும் இதர நிகழ்வுகளையெல்லாம் கண்டும் காணாததுபோல போகும் காவலர்கள், அந்த டொம்ப குறவர் குடும்பத்தின் வயிற்றுப் பாட்டில் கடற்கரை மணலை அள்ளிப் போடுகிறது. சட்டத்தின் துணையுடன்.

◯

16

யாருக்கு எதுவோ?

'**அ**ம்மா பிலோமீனா' பர்வதத்தம்மாள் அழைக்கிறார். பர்வதத்தம்மாளுக்கு வயதை மீறிய வயோதிகம். எண்பதை இன்னும் எட்டவில்லை. ஆனால் நூறைத் தாண்டியவர் போல உடலிலும் உள்ளத்திலும் ஏகப்பட்ட இயலாமை வலி. அவரால் எழுந்து நடமாட ஒருவருடைய துணை தேவை. கண் பார்வையோ சாலேசுவரம். காதோ மந்தம். ஆனால் பழைய நினைவுகள் மட்டும் ஆடாமல் அசையாமல் கூடாமல், குறையாமல் பசுமரத்தாணி போல நிலை கொண்டிருக்கின்றன. திருயீங்கோய்நாதர் மலையடிவாரத்தில் யானையும் குதிரையும் வலம்வர மூ.கி. தியாகராஜ பாகவதர் இன்னிசைக் கச்சேரியோடு நடந்த தன் திருமணம், பச்சைமலை அடிவாரத்தில் இருந்த புகுந்த வீட்டுக்கு சீரும் சிறப்புமாக சென்றது. அங்கே அவருடன் வாழ்ந்த வாழ்வு, பிறந்த மகன் நாளொருமேனியும் பொழுதொரு வண்ணமுமாக வளர்ந்தது. அவனுக்கும் தன்னைப் போலவே கோலாகலமாக திருமணம் செய்வித்தது, வந்த மருமகளும் தன்னைப் போலவே உயர்ந்த குடும்பத்தில் வளர்ந்தவள் என்ற பெருமிதம் எல்லாம் ஒரு கோர விபத்தில் பஸ்பமாகிப் போனது. மகனும் மருமகளும் திருவாவடுதுறை ராஜரத்தினம் பிள்ளை நாதஸ்வரக் கச்சேரிக்கு

காரில் போனவர்கள் நள்ளிரவில் நேர்ந்த பரிதாபகரமான விபத்தில் பலியாயினர்.

பர்வதத்தம்மாளின் வாழ்க்கையில் விழுந்த முதல் இடி அது. ஒரு பேரப் பிள்ளை மட்டும் பிறந்திருக்காவிட்டால் வாழ்க்கை எப்படி மாறியிருக்குமோ? அந்த சிறு குழந்தை எல்லா துயரங்களையும் தாங்கிக் கொள்ளும் சக்தியை அவருக்குக் கொடுத்தது. "பட்டகாலிலே படும் கெட்ட குடியே கெடும்; துன்பம் தனியே வராது, தொடராக வரும்" என்பார்கள். எல்லாம் அனுபவம் தந்த பாடம்தானே. மகனையும் மருமகளையும் இழந்த சில ஆண்டுகளிலேயே கொண்ட கணவரையும் காவு கொடுக்க நேர்ந்தது மாரடைப்பு என்னும் மர்ம நோய்க்கு. பேரன் பெரியசாமிதான் இப்போது எல்லாம் என்றாகி இருபதாண்டுகள் ஓடி விட்டன. செல்வ துணை இருந்ததால் அவனை ஆளாக்கியதில் அவருக்கு ஒன்றும் சிரமமில்லை. அவனைப் படிக்க வைத்து வழிவழியாக வந்த விவசாயத் தொழிலில் ஈடுபடுத்தாமல் கட்டுமானத் துறையில் பொறியியல் வல்லுனராக விளங்க வைத்தார். அதற்கெல்லாம் ஒத்து வந்த பெரியசாமி கல்யாணப் பேச்சில் மட்டும் காது கொடுக்கவில்லை. இந்தக் காலத்து பிள்ளைங்க எங்க பெரியவங்க பேச்சைக் கேட்கிறாங்க என்று மட்டுமே புலம்ப முடிந்தது. பர்வதம்மாளுக்கு அதுவே பெரிய பிரச்சினையாகி மனதில் சுமையேறபட்டு அந்தச் சுமையில் உடல் பாதிக்கப்பட்டது. கொஞ்சம் கொஞ்சமாக காது மந்தமாகியது. காலும் துவள ஆரம்பித்து, கண்பார்வையும் மங்கலாயிற்று. உள்ளம் நோய்வாய்ப் பட்டால் உடலும் நோய்க் களமாகிறது. எந்த வைத்தியமும் பலன் தருவதில்லை என்பதற்கு பர்வதம்மாள் ஒரு எடுத்தக்காட்டு.

இப்போது வெளி உலகம் அந்த அறைதான் நிற்க, நடக்க, சாப்பிட எதற்கும் துணை வேண்டும். அப்படி துணையாக இருக்க வந்தவள்தான் பிலோமினா, பெரியசாமி எங்கெங்கோ தேடியலைந்து இறுதியில் கோட்டயம் செஞ்சிலுவைச் சங்கத்தின் உதவியால் அழைத்து வந்த பெண்தான் பிலோமீனா, அவளுடைய பூர்வோத்திரத்தைப் பற்றி அவன் அறியான். ஆனால், அவளுடைய நாணயத்திற்கும் நம்பிக்கைக்கும்

முகங்கோணாத தொண்டுக்கும் பூர்ண உத்தரவாதம் தந்தது செஞ்சிலுவைச் சங்கம். அவள் வந்து ஒரு மாத காலத்திற்குப் பிறகு நல்ல துணை கிடைத்துவிட்டது. இனி தன்னுடைய வேலையில் முழு கவனம் செலுத்தலாம் என்ற நம்பிக்கையோடு வெகு தொலைவில் நடந்த ஒரு அணைக்கட்டு வேலைக்கு பெரியசாமி புறப்பட்டு போய் விட்டான். பார்வதம்மாளுக்கு இப்போது எல்லாமே பிலோமீனாதான். நாளொன்றுக்கு நூறு தடவை அம்மா 'பிலோமீனா' என்று ஓயாமல் அழைப்பார். பிலோமீனாவும் சலிக்காது மனம் நோகாது கூப்பிட்ட குரலுக்கு வந்து அம்மாளு டைய தேவைகளை நிறைவேற்றி வைப்பாள். இப்படி இருவரும் ஒருவருக்கொருவர் துணையாக கடந்த மூன்று மாதங்களாக இருக்கின்றார்கள். பெரியசாமி அவர்களுக்குத் தேவைப்படும் அனைத்து உதவிகளுக்கும் தக்க ஏற்பாடு செய்திருந்தான். இப்படி பார்வதம்மாளும் பிலோமீனாவும் ஒரு வீடு, வீட்டின் ஒரு அறையே உலகமாக வாழ்ந்து கொண்டிருந்தனர்.

பேரன் பெரியசாமி வீட்டுக்கு அல்ல நாட்டுக்கே உதவும் அணைக்கட்டு வேலைக்கு போயிருந்தான். அது பீகார் மாநிலத்தில் கங்கை நதியின் கிளை நதியான கியூல் நதியின் துணை நதியான பர்னாரில் இரு குன்றுகளுக்கிடையே கட்டப்பட வேண்டிய பர்னார் அணை. தற்காலிக தடுப்பணை கட்டி நதியின் நீரை வேறு வழியாக திருப்பி விடுவதற்கான வேலை முடிந்து நிரந்தர அணையில் அஸ்திவாரம் அமைக்கும் பணி மாரிக் காலத்திற்கு முன்னதாக முடிக்க வேண்டிய அவசரம். மழைக்காலத்து வெள்ளம் வரத் துவங்கினால் எந்த வேலையும் நடக்காது. அஸ்திவாரப் பணி முழுமையாக நடக்க வேண்டும். இல்லாமல் அரைகுறையாக நடந்தால் செய்த வேலையையும் வெள்ளம் அடித்துக் கொண்டு போய்விடும். எத்தனை ஆட்கள் கிடைத்தாலும் அனைவரையும் அமர்த்திக் கொண்டு வேலையில் முழுமூச்சாக ஈடுபட்டார்கள். இரவு பகலாக மூன்று பிரிவுகளாக தொழிலாளர்கள் வேலை செய்தார்கள். அன்றோடு அஸ்திவாரப் பணி முடித்துவிட எல்லா முயற்சிகளும் செய்யப்பட்டன. கடந்த வாரத்தில் மட்டும் புதிது புதிதாக எத்தனையோ ஆட்கள் வேலையில் அமர்த்தப்பட்டார்கள்.

முதல் சுற்றில் வேலை செய்தவர்கள் இரண்டு மணியோடு வேலையை நிறுத்தினர். இரண்டாவது சுற்றில் ஆட்கள் வேலை துவங்கி இரண்டு மணி நேரத்தில் வேலை முடிந்து விட்டது. அன்று மாலை பணியாளர்கள் அனைவருக்கும் சம்பளமும், சிறப்புப் பரிசும் அளிக்கத் திட்டமிட்டிருந்தான் பெரியசாமி. மேஸ்திரிகள் அனைவரும் அவரவர் கீழ் வேலை செய்தவர்களை அழைத்து வந்த வண்ணம் இருந்தனர். முண்டா மேஸ்திரி மட்டும் ஓடி வந்து 'படா சாப் ஏக் நயா ஆத்மி உடாதா நை, மே சுச்ரா ஹோ மர்கயா' (பெரியய்யா, ஒரு புதிய ஆள் எழுந்திருக்கவே யில்லை, எனக்கென்னவோ அவன் மரித்து விட்டான்போல் தோன்றுகிறது) என்று சொன்னான். விசாரித்ததில் அவன் ஊர், பேர் எதுவும் தெரியவில்லை. இந்த விவரங்கள் எல்லாம் இல்லாமல் தற்காலிக வேலைக்கு அமர்த்துவது தவறுதான். ஆனால், அவசரத்தில் அங்கு பணியில் சேர்ந்தவனின் விவரங்களை குறித்துக் கொள்ளவில்லை. அதற்குள் அவன் இறந்துவிட்டான்.

பெரியசாமி மேற்கொண்டு ஆக வேண்டிய காரியங்களை முடுக்கிவிட்டான். ஜில்லா போலீஸ் அதிகாரியை நேரில் சந்தித்து விவரத்தை சொன்னான். அவர் உடனடியாக பிரேதப் பரிசோதனைக்கு ஏற்பாடு செய்தார். பரிசோதனையில் மரணம் இயற்கையாக நேர்ந்ததுதான் என்பது ஊர்ஜிதமானது. போலீஸ் அதிகாரி பிரேதத்தை எடுத்துச் செல்வதற்கும், இறதிக் கடன்கள் செய்வதற்கும் அனுமதி அளித்தார். பெரியசாமி யோசித்தான். ஊர், பேர் தெரியாத அனாதைதான். ஆனால், ஒரே நாளானாலும் கம்பெனியில் சேர்ந்து பணிபுரிந்தவன். அவனை அனாதையாக ஒதுக்கி விடக்கூடாது என்று எண்ணினான்.

எல்லா மேஸ்திரிகளையும் அழைத்து, இறந்து போனவன் உடலை எப்படி தகனம் செய்ய வேண்டும் என்பதை விளக்கினான். எல்லாத் தொழிலாளர்களும் கலந்து கொள்ள வேண்டும். பிரேதத்தை ஒரு ஜீப்பில் வைத்து வேண்டிய பூக்களால் அலங்காரம் செய்து பக்கத்து கிராமத்தின் எல்லையிலுள்ள மயானத்தில் தகனம் செய்ய வேண்டும். தான் இறந்து போயிருந்தால் எப்படி எல்லாம் செய்வீர்களோ அப்படி செய்ய வேண்டும். சில மாதங்களுக்கு முன்பு கங்கை ஆற்றில் பாட்னா

நகரத்தில் பாலம் கட்டும் பணியில் ஈடுபட்டிருந்த முதன்மை என்ஜினியர் மரணத்தின்போது அவருக்களித்த மரியாதையை இந்த பணியாளரும் பெற வேண்டும் என்றான். அவன் அபிப் பிராயத்தை பணியாளர்கள் உத்தரவாக எடுத்துக் கொண்டனர்.

ஊர் பேர் தெரியாத அந்த அனாதை தொழிலாளியும் ஒரு தொழிற்சங்கத் தலைவனுக்கு, ஒரு அரசியல் பிரமுகருக்கு, ஊரிலுள்ள பெரும்புள்ளிக்கு கிடைக்கக் கூடிய சகல மரியாதையோடு மிகப் பெரிய ஊர்வலமாக முன்னும் பின்னும் தொழிலாளர்கள் தொடர்ந்து வர இறுதி யாத்திரை மேற்கொண் டான். முண்டா மேஸ்திரியே பெரியசாமியின் முன்னிலையில் கொள்ளி வைத்தான். தொழிலாளர்கள் அனைவரும் அந்த நேரத்திலும் அது ஏதோ தங்களுக்குத் தரப்பட்ட தனிப்பட்ட மரியாதையாக எண்ணி மனநிறைவு பெற்றனர்.

அதே காலகட்டத்தில் அம்மா, பிலோமீனா என்று அழைத்த பார்வதத்தம்மாள், 'எனக்கு என்னவோ நடக்குது' என்று சொன்னாள். மேற்கொண்டு எதுவும் சொல்லாமலே நிலைகுலைந்தாள். பிலோமீனாவிற்கு தெளிவாகத் தெரிந்து விட்டது. பார்வதத்தம் மாளின் கதை முடிந்து விட்டது. அக்கம்பக்கம் உள்ளவர்கள் 'வெகு தொலைவில் உள்ள பேரப்பிள்ளை வந்து சேரும் வரை பிரேதத்தை வைத்திருப்பது நல்லதல்ல' என்று அபிப்பிராயப் பட்டதால் அவர்களின் துணையோடு பார்வதத்தம்மாளின் தகனத்திற்கு ஏற்பாடு செய்தாள் பிலோமீனா. திருயீங்கோநாதர் மலையடிவாரத்தில் யானையும் குதிரையும் உலா வர மூ.கி. தியாகராஜ பாகவதர் இன்னிசை முழங்க வெகு கோலாகலத்துடன் விமரிசையாக திருமணம் செய்து கொண்ட பார்வதத்தம்மாளின் இறுதி யாத்திரை ஒரு அனாதைக்கு நிகழ்வது போல நடந்தது.

வாழ்க்கைத் துவக்கத்தில் யாருக்கு யாரோ என்பார்கள். வாழ்க்கையின் இறுதியில் யாருக்கு எதுவோ? யாரறிவர்.

○

17

பிரியாவின் மின்னஞ்சல்

அவ்வளவு நீண்ட ஒரு மின்னஞ்சல் பிரியாவிடமிருந்து வரும் என்று நான் கனவில்கூட கருதவில்லை. அவள் எப்பொழுதும் வெட்டொன்று துண்டிரண்டாக நறுக்கத் தெரித்தாற் போல நான்கு எழுத்துகள் அல்லது நான்கு வார்த்தைகள் மிஞ்சினால் நான்கு வரிகள் இவ்வளவுக்கு மேல் அவள் இதுநாள் வரை செய்தி அனுப்பியதில்லை. மின்னஞ்சலே அலைபேசியில் அனுப்பும் குறுஞ்செய்தி போலிருக்கும்.

ஒருமுறை நான் லாஸ் வெகாஸ் ஹில்டன் வளாகத்தில் 'இந்தியா - இலங்கை நட்புறவுப் பாலம்' என்ற தலைப்பில் பேசச் சென்றிருந்தேன். இந்தியாவுக்கும் இலங்கைக்கும் ஒரு தலை வழிப்பாலம் அமைக்க வேண்டும் என்ற தீவிர ஈடுபாட்டோடு அன்றைய இலங்கை பிரதமர் ரனில் விக்ரமசிங்கே பெருமுயற்சி எடுத்துக் கொண்டிருந்த காலம். அப்போது அவள் வீட்டுக்கு வரும்படி அழைப்பு விடுத்தாள். அவள் தங்கியிருந்த ஊர் பாச தேனா. லாஸ் ஏச்சலிலிருந்து ஒன்றரை மணிப் பயணம். ஒரு அமைப்பு என்னை அழைத்ததை உபயோகித்துக்கொண்டு சொந்த காரியங்களில் ஈடுபட விரும்பாதவன் நான் என்பதை உணர்த்தி னேன். அப்படியானால் லாஸ் வெகாஸ் - சான் பிரான்ஸ்கோ

பயணத்தை அன்ட்டாரியோ வழியாக மாற்றி அமைத்துக் கொண்டால் என்னை, அன்ட்டாரியோ விமான நிலையத்திலேயே வந்து சந்திப்பதாகச் சொன்னாள். அதன்படியே என்னை சந்தித்தாள். அரை மணி நேரம்கூட இல்லை சந்திப்பு. அவள் ஏதோ சொல்ல விரும்புகிறாள் என்பது முகத்தில் தெரிகிறது. ஆனால் எதையுமே சொல்லாமல் என்னைப் பார்த்ததில் மிகவும் மகிழ்ந்ததாகவே திரும்பத் திரும்ப சொன்னாள். எனக்கு அதற்கு முன் அனுப்பிய குறுஞ்செய்தி WC2O என்னால் புரிந்து கொள்ள முடியவில்லை. Welcome to Ontario என்பதைத்தான் அப்படி குறிப்பிட்டிருந்தாள். வார்த்தைகளைப் பயன்படுத்துவதில் அவ்வளவு சிக்கனம். அந்தப் பிரியாவா, இவ்வளவு நீண்ட மின்னஞ்சலை அனுப்புகிறாள் என்று ஆச்சரியப்பட்டு படித்தேன்.

அந்த நீண்ட அஞ்சலைப் படித்தவுடன் எனக்கு பவுதாரணிப் பாட்டியும் பாலாம்பிகா என்ற பாலா அத்தையும் தான் நினைவுக்கு வந்தார்கள். பவுதாரிணிப் பாட்டியின் வாழ்க்கை எப்படி மாறிப் போனது என்பது நான் கேட்டறிந்ததே. கண்டதல்ல. பவுதாரிணிப் பாட்டி ஒரு உயர்ந்த விவசாயக் குடும்பத்தில் பிறந்தவர். குடும்பம் செல்வாக்கோடும் செழுமையாக இருந்தபோது அவளது பெற்றோர்களுக்குத் திருமணம் நிகழ்ந்தது. மிகவும் ஆடம்பரமாக நடந்த திருமணம் அது. பெண்ணுக்கு சீர்வரிசையாகவே இருபது மாட்டு வண்டிகளில் சாதனங்கள் வந்தனவாம். அப்படியொரு காலம்.

காலப்போக்கிலே அந்தக் குடும்பத்தின் நிலை சரியத் தொடங்கியது. பாட்டியின் தகப்பனார் எதைத் தொட்டாலும் விளங்குவது இல்லையாம். அவன் உப்பு வியாபாரம் செய்தால் மழை கொட்டும்; பஞ்சு வியாபாரம் செய்தால் பேய் காற்று வீசும்; ஐஸ் கட்டி வியாபாரம் செய்தால் வெய்யில் சுட்டெரிக்கும் என்பார்களே! அது மாதிரி அவருக்கு விவசாயத்தில் விளைச்சல் இருந்தால் விலை இருக்காது; விலை இருந்தால் விளைச்சல் இருக்காது. எப்படியோ ஒரு இருபதாண்டுகளுக்குள் குடும்பம் தெருவுக்கு வந்து விடுகின்ற நிலை. பவுதாரிணிப் பாட்டி அப்போதுதான் பருவமடைந்த தருணம். அவர் மாமா ஏதேதோ

தன்னாலான உதவிகளைச் செய்து பார்த்தார். ஆனாலும் குடும்பத்தை அவரால் முழுமையாகத் தூக்கி நிறுத்த முடியும் என்ற நம்பிக்கை நசிந்து விட்டது.

அப்போதுதான் அவருக்கு அந்த செய்தி எட்டியது. ஆலம்பாக்கம் கம்பத்தம் வீட்டில் ஒரு மாப்பிள்ளை இருப்பதாகவும், அந்தப் பெரிய சொத்துக்கு ஏக வாரிசு அந்தப் பிள்ளைதான் என்றும், அந்தப் பிள்ளைக்கு எப்படியாவது பவுதாரிணியைக் கல்யாணம் செய்து வைத்து விட்டால் அந்தக் குடும்பம், அது தன்னுடைய தங்கையின் குடும்பம் அல்லவா? தெருவுக்கு செல்லாமல் திரும்பவும் கௌரவத்துடன் வாழ வழி கிடைக்கும். பவுதாரிணியின் சின்ன தம்பியும் ஓரளவு தேறிவிடுவான் என்றெல்லாம் கணக்குப் போட்டார். எப்படி எப்படியோ காய்களை நகர்த்தி சிலரைப் பேச வைத்து சிலரைப் பேசாமல் வாய்மூட வத்து ஆயிரம் பொய் சொல்லி என்பார்கள். அதற்கு மேலேயே போய் அந்தத் திருமணத்தை முடித்து வைத்தார். பவுதாரணி புதுமணப் பெண்ணாக ஆலப்பாக்கம் சென்றாள். அவளுடன் அவருடைய பெற்றோரும், தம்பியும் கூட ஆலப்பாக்கத்து கம்பத்தம் வீட்டில் குடியேறினார்கள். நல்லதோ, கெட்டதோ ஏதோ ஒரு வகையில் பவுதாரணியின் பிறந்த வீடு தன் புகுந்த வீட்டுக்கே வந்துவிட்டது. பெற்றோர்களும், தம்பியும் இனி தவிக்க வேண்டிய நிலை தவிர்க்கப்பட்டது.

இதில் உண்மை என்னவென்றால் கம்பத்து மாப்பிள்ளைக்கு ஆண்மை இல்லை. இந்த விஷயம் முன்கூட்டியே தன் மாமாவுக்கு தெரிந்திருந்தது. அதை அவளிடமும் அவர் நாசூக்காக சொல்லியிருந்தார். “உன் பெற்றோர்கள் சீரழிய வேண்டியதில்லை. உன் தம்பிக்கு நல்ல எதிர்காலம் அமையும்'' என்றெல்லாம் எடுத்துச் சொல்லி ஒரு வழியாக சம்மதிக்க வைத்துதான் திருமணம் நிகழ்ந்தது. அந்த நாளில் பவதாரிணி தன்னை ஒரு மெழுகுவர்த்தியாக எரித்துக்கொண்டு தன் குடும்பத்துக்கு வாழ்வளித்தாள். பவதாரிணிப் பாட்டியை நினைக்கும் போதெல்லாம் எப்படியெலலாம் பெண்கள் இருண்ட வீட்டுக்கு குடும்ப விளக்காகத் திகழ தன்னை மெழுகாக்கி எரித்துக் கொண்டிருக்கிறார்கள் அந்த நாட்களில் என்று தோன்றும்.

இந்த பவதாரிணிப் பாட்டியின் தம்பிதான் என் தந்தை வழி தாத்தா. இந்த பாலா அத்தை என் தந்தையின் ஒன்றுவிட்ட தங்கை. பெயர் பாலாம்பிகா. பவதாரணிப் பாட்டிக்கு குழந்தை இல்லாததால் ஆலப்பாக்கம் கம்பத்தம் என் தந்தையின் ஆளுமைக்கு வந்தது. என் தாத்தா காலத்திலேயே குடும்பம் ஆலப்பாக்கம் வந்து விட்டாலும் பாலா அத்தையின் குடும்பம் எங்கள் பூர்வீக ஊரான கரிய மாணிக்கத்திலே இருந்தது. அதனால் இந்த இரு குடும்பங்களுக்கும் இருந்த நெருக்கம் போய்விட்டது. 'கேட்காமல் கெட்டது பணம், செல்லாமல் சென்றது உறவு' என்பார்கள். அப்படி உறவு விடாமல் நல்லது கெட்டதுகளிலும், பண்டிகைகளிலும் அங்கு போய் வந்து அவர்கள் உறவைத் தக்க வைத்திருக் கிறார்கள்.

பாலா அத்தையின் திருமணம் நடந்தபோது நான் ஆறேழு வயது சிறுவன். அவள் புகுந்த ஊர் ஆலப்பாக்கத்துக்கு அருகில் உள்ள தலைக்குளம். அதன் பின்னர் பாலா அத்தை எங்கள் குடும்பத்துக்கு மிகவும் நெருங்கியவள் ஆனாள். பாலா அத்தையின் புருஷனைப் பற்றி தகவல் கொண்டு போனதே என் தந்தைதான். அதனால் உறவு மிகவும் நெருக்கமாகியது. வாரம் தவறாமல் அத்தை எங்கள் வீட்டுக்கு வருவாள். அப்படி வரத்தவறினால் அடுத்த இரண்டு மூன்று நாட்களில் நாங்கள் அவர்களைப் பார்க்கப் போய் விடுவோம். பாலா அத்தைக்கு உடன்பிறந்தவர்கள் யாரும் இல்லை. அதனால் என் தந்தையையே சொந்த அண்ணனாக பாவித்து வந்தாள். என்னிடம் கொள்ளை பிரியம் வைத்தருந்தாள். எல்லா பிரியமும் அவளுக்கென்று ஒரு குழந்தை பிறந்து விட்டால் குறையத் தொடங்கிவிடும் என்று அவ்வப்போது அம்மா சொல்வதுண்டு. ஆனால் அய்யாவோ, தந்தையை அப்படித்தான் எங்கள் குடும்பத்தில் அழைப்போம். பாலா மாப்பிள்ளையோடு தாய் வீட்டுக்கே போனாலும் போய்விடுவாள். அவளுக்குத்தான் உடன்பிறப்பு யாரும் இல்லையே. மாப்பிள்ளையை வீட்டோடு அழைத்துக்கொண்டால் பாலா ஊருக்குப் போய் விடுவார் என்றார். ஆனால் பாலாவின் புருஷன் தனக்கு கௌரவக் குறைவு என்று கருதி அதற்கு சம்மதிக்கவில்லை. அதனால் எங்களுக்கிடையே இருந்த நெருக்கம் குறையவில்லை.

பின்னர் உயர்நிலை, கல்லூரிப் படிப்புகளுக்காக நான் ஊரை விட்டு தொடர்ந்து போக நேர்ந்தது. விடுமுறையின் போதுதான் வருவேன். ஒவ்வொரு முறை வரும் போதும் பாதி நாட்கள் பாலா அத்தையின் வீட்டிலேயே இருப்பேன். பாலா அத்தைக்கு நான் வந்து விட்டால் ஏக மகிழ்ச்சி, என்னை விழுந்து விழுந்து உபசரிப்பாள. இப்போது நான் சிறு குழந்தையில்லை. கல்லூரி மாணவன். ஆனாலும் நான் சிறுவனாக இருந்தபோது காட்டிய அதே பாசம், அன்பு. பாலா அத்தைக்கு ஒரு குழந்தை பிறந்தால் எல்லாம் குறைந்துவிடும் என்று அம்மா அப்போதெல்லாம் அடிக்கடி சொல்வாள். இப்போது, கல்யாணமாகி இந்த பத்துப் பதினைந்து ஆண்டுகளில் அவளுக்கு குழந்தை பிறக்காததால், அம்மா அப்படிச் சொல்வதை நிறுத்தி விட்டாள். அப்படிப் பேசினால் பாலா அத்தையின் மனம் புண்படும் என்பது அவள் உத்தேசம். ஆனால் பாலா அத்தையிடம் அப்படி ஒரு குறை இருப்பதாக எனக்குத் தோன்றவில்லை. ஒருவேளை நான் இருக்கும்போது மகிழ்ச்சியாக இருந்து விட்டு நான் போன பிறகு அவள் குழந்தையின்மையை நினைத்து வருந்துகிறாளோ என்னவோ?

அத்தை அப்படி மனம் வருந்துவதுபோலவும் தெரிய வில்லை. ஒவ்வொரு முறை நான் வரும்போதும் அவள் முன்னைவிட இளமையாகவே தோன்றினாள். ஒருமுறை நான் விடுமுறையில் ஊருக்கு வரும்போது பிரியா என்ற மாணவியை அழைத்து வந்தேன். அவள் நான் இறுதியாண்டு பொறியியல் கல்லூரியில் படித்துக் கொண்டிருந்த போது, முதலாம் ஆண்டில் சேர்ந்தவள். நான் மாணவர் சங்கத் தலைவனாக இருந்தேன். அவள் முதலாம் ஆண்டு மாணவர்களின் பிரதிநிதியாக சங்க நிர்வாகத்தில் உறுப்பினர் ஆனாள். அவள் பெற்றோர்கள் குழந்தைகளாக இருந்த காலத்திலிருந்தே பட்டணவாசிகள். கிராமத்தைப் பார்த்தறியாதவர்கள். நான் விடுமுறையில் கிராமத்திற்கு போவதை அறிந்து தானும் வந்து கிராமத்தில் தங்கி கிராம வாழ்க்கை அறிய ஆசைப்பட்டாள். அதனால் அவளைக் கிராமத்திற்கு என்னுடன் அழைத்து வந்தேன். கிராமத்தில் எல்லோரும் எங்களை ஒரு மாதிரியாகப் பார்த்தார்கள். ஆனால் பிரியா அதையெல்லாம் பொருட்படுத்தவில்லை. பாலா

அத்தையோடு சகஜமாகப் பழகினாள். மூன்று நாட்களை மிகவும் சந்தோஷமாகவே கழித்தாள். பொதுவாக பட்டினத்துவாசிகள் பட்டிக்காட்டுக்கு வந்தால் "ஹே போர்யா?" என்பார்கள். பிரியா அப்படியில்லை. கிராம வாழ்க்கையையும் பாலா அத்தையின் துணையையும் விரும்பி மகிழ்ந்ததாகவே தோன்றியது.

நாங்கள் சென்னைக்கு திரும்பும்போது, "பாலாவை அத்தை அத்தை என்கிறீர்களே, அவர்களைப் பார்த்தால் உங்கள் அக்கா மாதிரிகூட இல்லை, தங்கை மாதிரியல்லவா இருக்கிறாள்'' என்றுகேட்டாள். பாலா அத்தை என் தந்தையின் ஒன்றுவிட்ட தங்கை. கல்யாணம் ஆகியே பதினைந்து ஆண்டுகள் ஆகிவிட்டது. குழந்தை இல்லை. அவ்வளவுதான் என்ற சமாதானம் சொன்னேன். பெண்கள் குழந்தை பெறாமல் இருந்தால் என்றுமே இளமையாக இருப்பார்கள் போலும். பின்னர் என் காதுகளில் அரசல்புரசலாக விழுந்த செய்தி. என் தந்தை தான் முயற்சி எடுத்து முடித்து வைத்த திருமணம் இப்படி வம்சம் விளங்காமல் போய்விட்டதே என்று வருந்தினாரென்றும் பவுதாரிணியின் மாமாவைப்போல் தான் அறிந்து எந்தத் தவறும் செய்யவில்லை. பாலாவின் புருஷனும் பவுதாரிணியின் புருஷனைப்போல இருப்பார் என்றும் கனவிலும் நினைக்க வில்லை. இப்படி ஆகிவிட்டதே என்று அடிக்கடி கவலைப்பட் டாராம். நாம் அறிந்து ஒன்றும் செய்யவில்லை. ஏதோ அவளுக்கு கொடுப்பினை அவ்வளவுதான். நான் வருந்தி பயன் என்ன - என்று அம்மா அய்யாவை சாந்தப்படுத்துவாராம். பாலா அத்தை மட்டும் உள்ளுக்குள் புழுங்குகிறாளோ என்னவோ, வெளியில் சிரித்து மகிழ்ந்து சிக்கென 'பாலா அக்கா' என்று நினைக்கும் வண்ணம் உலா வந்தாள்.

பொறியியல் பட்டதாரியாக வேலையில் அமர்ந்த பின்னர் என்னால் முன்போல கிராமத்திற்கு போய் வர இயலவில்லை. என் பெற்றோர்களையும் பாலா அத்தையையும் இரண்டு மூன்றாண்டு களுக்கு ஒருமுறை தான் சந்திக்க முடிந்தது. அப்போதெல்லாம் பெற்றோர்கள் கல்யாணப் பேச்சைத் துவங்குவார்கள். நான் தட்டிக் கழித்துக் கொண்டிருந்தேன்.

பிரியா மட்டும் விடாமல் தொடர்பில் இருந்தாள். அவளும் படிப்பு முடித்து வேலைக்கு முயற்சி செய்யும் தருணத்தில்

அவளின் பெற்றோர்கள் அவளுக்கு அமெரிக்காவில் பணிபுரியும் ஒரு மாப்பிள்ளையை தேடிப்பிடித்து திருமணம் செய்து வைத்தார்கள். பிரியா அமெரிக்கா போனால் தானும் விரைவில் நல்ல வேலை தேடிக் கொள்ளலாம் என்று எண்ணினாள் போலும். முழுச் சம்மதத்தோடு திருமணம் நடந்தது. அவள் திருமணத்திற்கு கண்டிப்பாக வரும்படி அழைப்பிதழ் அனுப்பி யிருந்தாள். வேலையின் கடுமை காரணமாக எனக்கு விடுப்பு கிட்டவில்லை. திருமணத்திற்கு செல்லவில்லை. மிகவும் கோபப்படுவாளோ என்று பயந்தேன். அப்படியெல்லாம் ஒன்றும் இல்லை. என் வாழ்த்துக்களும், அன்புடன் அனுப்பிய புத்தகமும் கிடைத்தற்கான அடையாளமாக நன்றி என்று செய்தி மட்டும் வந்தது.

திருமணமான பின்னர் அவளுடைய தொடர்பை ஓரளவு தவிர்க்கவே எண்ணினேன். ஆனால் பிரியா விடவில்லை. அவ்வப்போது குறுஞ்செய்தி அனுப்புவாள். அவள் லாஸ் ஏஞ்சலில் யுனிவர்சல் ஸ்டுடியோஸ், ஹூவர் டாம், தி.ராண்ட்கானியன், நியூ ஓர்லெண்ஸ், ஆர்லெண்டோ முதலிய இடங்களுக்கெல்லாம் போய் வந்தபின் தகவல் அனுப்புவாள். எல்லாம் ஒரு வரி இரண்டு வரிதான். நீ உன் பயண அனுபவங் களை கட்டுரைகளாக தொடர்ந்து எழுதலாமே என்று அறிவுரை வழங்கினேன். அந்த நீண்ட மின்னஞ்சலைப் பார்த்தவுடன் உண்மையாகவே பயணக் கட்டுரை தான் எழுதியிருக்கிறாளோ என்று ஆவலுடன் படிக்கத் துவங்கினேன். ஆனால் அந்த அஞ்சல் என்னைப் பவுதாரிணிப் பாட்டியையும். பாலா அத்தையையும் நினைக்க வைத்தது.

இதோ அந்த மின்னஞ்சல்.

பசுபதி

உனக்கு ஒரு செய்தி. எனக்கு போயிங் கம்பெனியின் சாக்ரமெண்ட்டோவில் உள்ள அதன் தலைமை அலுவலகத்தில் Parts improvements and innovation பகுதியில் வேலை. மாதம் ஆறாயிரம் டாலர் சம்பளம் ஆரம்பத்தில். ஆறு மாதம் கழித்து என்னை எந்த கிரேடில் அமர்த்தி என்ன ஊதிய வரிசை தரப்படும் என்பதை நிர்ணயிப்பார்கள். அதனால் இன்னும் ஒரு வாரத்தில்

இந்த பாசதேனா விட்டுவிட்டு சாக்ரமெண்ட்டோ போகப் போகிறேன்.

இந்தச் செய்தியை தெரிவிப்பதற்காக அல்ல இந்த அஞ்சல். நான் இந்த நான்காண்டுகளாக இங்கு வாழ்ந்த வாழ்க்கையை சற்று விரிவாக உனக்கு தெரியப்படுத்தவே. இந்த பாஸ்கர் ரொம்பவும் மென்மையான, மேன்மையான மனிதர். அதில் எந்த ஐயப்பாடும் இல்லை. அவர் யுனிவர்சல் ஸ்டுடியோவின் ராட்சத அலைகளில் நான் திக்குமுக்காடிய போதும், நிலநடுக்கத்தால் அதிர்ச்சியுற்று போதும் என்னைப் பாதுகாக்க அவர் தவித்த தவிப்பும், துடிப்பும் அவர் என்பால் வைத்திருந்த எல்லையற்ற அன்பின் அடையா ளங்களாக இருந்தன. ஹூவர் அணையின் பிரம்மாண்டத்தை ரசித்தபோதும், கிராண்ட் கானயானின் அதலபாதாளத்தைக் கண்டு திகிலடைந்த போதும் என்னை அணைத்தவாறே நாள் முழுவதும் சுற்றி வந்தார். பின்னர் ஒருமுறை நியூ ஆர்லென்ஸில் மிசிசிபி நதிக்கரையில் நாள் முழுவதும் உலாவிக் கொண்டிருந்தபோதும் என்னை இதமாக அணைத்துக் கொண்டுதான் நடந்தார். பிறிதொரு முறை என்னை ஆர்லேண்டோ மேஜிக் கிங்டம், எப்காட் சென்டர் முதலிய இடங்களுக்கு அழைத்துச் சென்றார். சர்வதேச நாடுகளையே சுற்றி வந்த அனுபவம், ஏன் அண்ட சராசரங் களையும் பவனி வந்தது போல உணர்வு, எல்லாம் இன்பமயம்.

ஆனால், வாழ்வில் பூர்ணத்துவம் பெற இவை மட்டுமே போதுமா? திருமணமான பெண்ணின் மனதிலே எத்தனை விதவிதமான கனவுகள் எதிர்பார்ப்புகளாக இருக்கும். அவை கனவுகளாகவே இருந்துவிட்டால்... முதலில் இவர் எவ்வளவு மென்மையானவர். மனம் நோகாமல் நடந்து கொள்வதில் எத்தனை சமர்த்தர் என்றெல்லாம் வியந்து போனேன்., உள்ளத்தால் ஒன்றுபட்ட பின்னர்தான் உடலால் ஒன்றுபட வேண்டும் என்ற உத்தமசீலர் என்று எண்ணி எண்ணி புளகாங்கிதம் அடைந்தேன். ஒருமுறை லாஸ் வொகாஸில் பல ஹோட்டல்களுக்குச் சென்றோம். அங்குள்ள சூதாட்ட சந்தைகளில் அதிக நேரம் செலவிடாமல் ஹோட்டல்களில் இரவு நேரங்களில் நிகழும் கேளிக்கை காட்சிகளில் பார்வையிட்டோம். அப்போது கூட அவர் உடலில் எந்தவிதச் சலனமுமில்லை.

நான் உன்னுடன் கிராமத்திற்கு வந்தபோது பாலா அத்தை என்ற ஒரு பெண்ணை அறிமுகப்படுத்தினாயே, நான்கூட பாலா அத்தையா? அவளைப் பார்த்தால் உன் அக்காகூட அல்ல, தங்கை மாதிரி இருக்கிறாள் என்றேனே, நினைவிருக்கிறதா? அவளுக்குத் திருமணமாகி பத்து பதினைந்து வருஷங்களாகியும் குழந்தையே இல்லையே. அதனால்தான் அவள் இளமையோடு இருக்கிறாள் என்று கூட நீ சொன்னாயே. நினைவுபடுத்திப் பார். அந்த பாலா அத்தையின் கணவன்கூட இந்த பாஸ்கரனைப் போல இருக்கலாமோ என்று இப்போது நினைக்கிறேன். கல்யாணமாகியும், பிரம்மசாரி என்றுதான் சொல்வார்கள். ஆனால் உண்மையில் கல்யாணமாகியும் கன்னியாக வாழ்கிற பெண்கள் தான் அதிகம்.

பசுபதி உன்னிடம் மனம் விட்டுக் கூறிகிறேன். ஒரு பெண் அந்தரங்கத்தில் நடப்பதை அடுத்தவர்களிடம் பகிர்ந்து கொள்வது நாகரிகமற்ற செயல்தான். நான் இல்லை என்று சொல்லவில்லை. இருந்தாலும் இப்போது சொல்கிறேன். சினிமாக்களிலே வருமே காட்சிகள். வெறுத்து ஒதுக்குகின்ற நாயகனை ஈர்க்க நாயகி எப்படி எப்படியெல்லாம் கவர்ச்சியும், சாகசமும் செய்வார்களோ அப்படியெல்லாம் கூட செய்து பார்த்தேன். ஊஹூம் பலன் இல்லை. இந்த பாஸ்கரன் ஒரு பேடி என்பதை இந்த ஓராண்டு காலமாக நன்றாக உணர்ந்து கொண்டேன். ஒரு பேடியுடன் குடும்பம் நடத்த எந்தப் பெண்ணால் முடியும். சொல் பசுபதி சொல். அந்த நாளில் உன் பாலா அத்தை கல்யாணம் ஆகியும் கன்னியாகவே வாழ்ந்து விட்டாள். என்னால் முடியாது.

நான் இவனிடமிருந்து விடுதலை அடைய வேண்டும் என்று காத்திருந்தேன். உன்னை அன்று அண்ட்டாரியோ ஏர்போர்ட்டிற்கு வரவழைத்தபோது மனம் திறக்க வேண்டும் என்று நினைத்துத் தான் வந்தேன். ஆனால் அதற்கான திண்மை என்னிடம் அப்போது இல்லை. அதற்கான தருணம் இப்போது வந்துவிட்டது. நான் என் காலில் நிற்பதற்கு ஏற்ப ஒரு நல்ல வேலை கிடைத்துவிட்டது. இனி நான் ஏன் இவனோடு வாழ வேண்டும்? இவனை பாசதேனாவிலேயே தொலைந்து தலைமுழுகி விட்டு சாக்ரமேண்ட்டோ செல்கிறேன். - பிரியா.

18

மரமேறி

ஆராவமுதன், தெருவில், 'மரமேறி தென்னை மரமேறி' என்ற குரல் கேட்டு வெளியில் வந்தார். சிறிதே தூரத்தில் போய்க்கொண்டிருந்த மரமேறியை 'இந்தாப்பா மரமேறி' என்று சற்றே பெரிய குரலில் அழைத்தார்.

இப்போதெல்லாம் தென்னை மரமேறி காய் பறிப்பதற்கோ, பாளை பன்னடைகளை அகற்றி சுத்தம் செய்வதற்கோ ஆள் கிடைப்பதில்லை.

மரத்திலேயே முதிர்ந்து தானாக விழும் நெத்துக் காய் களையே எடுத்து உபயோகித்து வந்தார். தண்ணீர் ஆடும் காய் கிடைப்பதே அபூர்வமாக இருந்தது.

அதனால் அன்று தெருவில் மரமேறி என்ற குரல் கேட்டதும் தெருவுக்கு வந்து அழைத்தார்.

இப்போதாவது தேறிய, ஆனால் நெத்தாக முத்தாத காய்களைப் பறித்து வைத்துக் கொள்ளலாம். அப்படியே மரத்தையும் சுத்தம் செய்து மருந்து போடச் சொல்லலாம் என்ற எண்ணம் அவருக்கு. அவர் குரல் கேட்டு திரும்பி வந்த மரமேறி, "எத்தனை மரம் இருக்கு சாமி?" என்று கேட்டார்.

“இரண்டு மரந்தாம்ப்பா” என்று பதிலளித்த ஆராவமுதன், மரமேறியைக் கூர்ந்து நோக்கினார். வயதிலே மரமேறி அவரை விட இளையவராக இருக்கக் கூடும். ஆனால் தோற்றத்தில் அவரைவிட முதியவராகவும் உடல் முழுவதும் தள்ளாமை தாண்டவமாட நின்றிருந்தார். மரமேறி இடுப்பிலே கட்டிய கூடை அதில் சானை பிடித்த கத்தி, கால் கயிறு முதலானவைகள் அவர் மரமேறிதான் என்பதற்கான கட்டியம் கூறின.

‘‘ரெண்டு மரத்திலயும் காய் பறிச்சி, மட்டை பாளை, பன்னடையெல்லாம் பிச்சி போட்டுட்டு வண்டிருந்தா குத்திவிட்டு மருந்து போடறேன். வேலை சுத்தமா இருக்கும்'' என்று தன்னுடைய தகுதியையும் திறமையையும் வெளிப்படுத்தினார்.

ஆராவமுதன் என்று குறிப்பிடுவதால் அவர் இளைஞன் என்று எண்ண வேண்டாம். எண்பதை எட்ட இன்னும் சில மாதங் களே இருக்கின்றன. அவருக்கே அந்த மரமேறி தன்னைவிட முதியவராகத் தோற்றம் அளிக்கிறார். அவருக்கு மனசிலே ஒரு நெருடல் இருந்தாலும், “கூலி எவ்வளவப்பா?” என்று கேட்கிறார்.

‘‘மரத்துக்கு அம்பது ரூபாங்க. ஆனா வேலை ரொம்ப சுத்தமா இருக்கும். ஆரும் கொறை குற்றம் சொல்றாப்லெ இருக்காது, இந்த ராமசாமி வேலை.”

‘‘இதுக்கில்லப்பா ராமசாமி, இந்த வயசுலெநீ மரமேறனு மான்னு யோசனையா இருக்கு...” ஆராவமுதன் சற்றே இழுத்தவாறு சொன்னார்.

“என்ன பண்றது சாமி, வவுறுன்னு ஒன்னு இருக்கே.”

“ஏன் ஒனக்கு பிள்ளை கட்டி யாரும் இல்லையா?”

“அவன் மட்டும் இருந்திருந்தான்னா, என்னைக் குந்த வச்சு சோறு போடுவான். என்னை ராசா மாதிரி அவன் பாத்துக்குவான். எவனோ ஒரு போக்கு வண்டிக்காரன் அவனை அடித்துப் போட்டுட்டு போய்ட்டான். வண்டி ஏறி ஆளே சிதைஞ்சு போயிட்டான். அவன் எனக்கு கொள்ளி போடனும். கொடுமை, அவனுக்கு நான் கொள்ளி போட்டுட்டு உசுரோட உலாத்திறன். என் ஊட்டுக்காரிகூட பிள்ளை போனதிலிருந்து பினாத்திகிட்டு இருந்தா. அவளும் போய்ட்டா.”

ஆராவமுதன் வேண்டாத கேள்வியை கேட்டு விட்டோமோ என்று மனம் பதறினார். ஆனாலும் மனத்திற்குள் தன் நிலையையும் நினைத்துக்கொண்டார். இருக்கிற ஒரு பிள்ளையும், அமெரிக்க பிரஜையாகிவிட்டான். கட்டியவளும் காலமெல்லாம் வேண்டிக் கொண்டதுபோல சுமங்கலியாகவே போய்விட்டாள். பிள்ளை அமெரிக்காவுக்கு வந்துவிடு என்றழைக்கிறான். அவருக்கு இந்த புண்ணிய பூமியை விட்டு வெளியேற மனமில்லை.

மரமேறியோ எதைப் பற்றியும் கவலைப்படாமல் மேலும் பேசிக்கொண்டு போனார்.

“அந்த பெரிய ரோட்லெ சிக்னலு இல்லெ சிக்னலு, அதுக்கு பக்கத்திலெ பெரிய பங்களா ஒன்னு இருக்கு பாருங்க. அந்த பங்களாகூட ஒரு பழைய ஜமீன் வீட்டு பங்களாவாம். கோவில் மதிலாட்டம் ஒசரமா சுவரு. அது ஓரமா இருக்கிற நடைமேடை தாங்க நா ராவுலெ தங்கறது. பகல் பூரா இப்படி தெருத் தெருவா சுத்தறது. ஏதோ வண்டி ஓடிகிட்டு இருக்கு. ஓடறவர ஓடட்டும்” என்று தத்துவார்த்தமாக பேசி முடித்தார்.

ஆராவமுதன், ‘செத்த இருப்பா இதோ வர்றேன்’ என்று சொல்லி உள்ளே செல்ல எத்தனித்தார்.

‘நானும் மரத்தைப் பாக்கனமில்ல’ என்று உடன் செல்ல முயன்றார் ராமசாமி.

‘பின்னாண்டை இருக்கு. போய் பாரு. இதோ வர்ரேன்’ என்று மரமேறியை கொல்லைப்புறமாக அனுப்பிவிட்டு, வீட்டுக்குள் நுழைந்தார். அவருக்கு அந்த மரமேறியை பயன்படுத்திக்கொள்ள மனம் வரவில்லை. இந்த தள்ளாத வயதில் மரமேறி அவன் பிழைக்க வேண்டியிருக்கிறதே என்ன வேதனை, அலமாரியைத் திறந்து பத்து ரூபாய் நோட்டு ஐந்து எடுத்துக் கொண்டு கொல்லைப்புறம் போனார்.

“இந்தா ராமசாமி. இந்த ரூபாயை வச்சுக்கோ நீ. மரம் ஏற வேண்டாம். சந்தோஷமா போய் வா” என்றார்.

மரமேறி திடுக்கிட்டவனாக, “இந்த ராமசாமி ஊரார் சொத்துக்கு ஆசைப்பட மாட்டான். செஞ்ச வேலைக்கு கறாரா

கூலி கேட்பானே தவிர யாசகமா காசு வாங்க மாட்டான்" என்று மறுத்தான்.

"யாசகம் இல்லை ராமசாமி, நான் ஒன் பொழைப்ப கொஞ்ச நேரம் கெடுத்தேனே, இந்தநேரம் யார் வீட்லயாவது ஒரு மரம் ஏறி கூலி வாங்கி இருப்பியே."

"ஒன்று சொல்றேன் சாமி, ஒங்களுக்கோ காசு கொடுக்கணும்னு தோணுது, எனக்கோ இனாமா வாங்கறதுலெ இஷ்டம் இல்ல. இந்தத் தோட்டத்தை புல் பூண்டு எடுத்து சுத்தம் பண்ணி நல்லா கொத்தி நிரவி வைக்கிறேன். அப்புறம் காசு வாங்கிக் கிறேன்."

"சரி ஒன் இஷ்டம்."

தோட்டத்தை மேலும் ஒரு முறை பரிசீலித்த பிறகு, "சாமி ஒரு மணி நேரத்துக்கு மேலே வேலெ இருக்கு. நா போய் நாஷ்டா பண்ணிட்டு வந்துடறேன். ஒரு பத்து ரூபா கொடுங்க. இதோ இந்த இடுப்புக்கூடையை சாமானோட இங்க வச்சுட்டுப் போறேன்" என்று கேட்டார்.

ஆராவமுதன் ஒரு பத்து ரூபாய் நோட்டை நீட்டி, "இது போதுமா? இன்னம் ஒரு பத்து ரூபாய் வாங்கிக்கவே" என்றார்.

"அம்மா உணவகத்துக்கு இதுபோதும் சாமி" என்று சொல்லிவிட்டு ராமசாமி புறப்பட்டார்.

"ராமசாமி, உன் பொருளை எடுத்துக்கிட்டே போயேன். இங்க என்ன அடகாவைக்கற."

"அய்யோ அப்படி இல்ல சாமி. இது இங்கேயே கிடக்கட்டும். யாரு தூக்கிக்கிடுவாங்க."

"சரி, உன் இஷ்டம்."

ஆராவமுதன் வீட்டுக்குள் சென்றார். அம்மா உணவகத்தில் ஆறு இட்டலி சாப்பிட்ட மரமேறி, தோட்டக்கார ராமசாமியாக மாறி, தோட்டத்தில் மானாவாரியாக முளைத்திருந்த புல் பூண்டுகளை அகற்றி வேலியில் தாறுமாறாக முளைத்திருந்த செடிகளை வெட்டி, பூஞ்செடிகளுக்கு சுற்றிலும் பாத்தி கட்டி,

வெறுந்தரையாக இருந்த இடங்களை கொத்தி, கிளறி மல்லி, கீரை விதைகளை விதைக்க உதவும்படியாக நிரவி வைத்தார். "ஒரு தபா இப்படி வந்து பாருங்க. செஞ்ச வேலை போதுமா, இன்னம் ஏதாவது செய்யணுமா?'' என்று கேட்க நினைத்து, 'சாமி' என்று குரல் கொடுத்தார். உள்ளே இருந்து பதில் இல்லை. ஆரவாமுதன் பூஜை புனஸ்காரங்களை முடித்து, செய்திருந்த தளிகையை நைவேத்தியம் பண்ணி பேருக்கு உண்ட பின் சற்றே கண்ணயர்ந்தார். உள்ளே பதில் வராததால் ராமசாமியும் தென்னை மர நிழலில் தலைப்பாகையை அவிழ்த்து உதறி, கீழே பரப்பி சற்றே கண்ணயர்ந்தார்.

ஆராவமுதன் தூக்கத்தில் ஏதோ கெட்ட கனவு கண்டவர்போல திடுக்கிட்டு எழுந்து, 'ஓ மணி ரெண்டாச்சா, இப்படி தூங்கிப் போட்டமே' என்று குறைபட்டுக் கொண்டே தோட்டத்துப் பக்கம் போனார். அவர் வீட்டுத தோட்டம்தானா என்று சந்தேகிக்கும் வண்ணம் அவ்வளவு சுத்தமாக இருந்தது. மரத்தடியில் படுத்திருந்த ராமசாமியைப் பார்த்து இந்த வயதிலும் எத்தனை சுத்தமான வேலை என மனதாரப் புகழ்ந்து, "பாவம் அசதி தூங்கட்டும், எழுப்ப வேண்டாம்'' என்று நினைத்து வீட்டுக்குள் சென்றார்.

ஒரு மணி நேரம் சென்ற பின் தோட்டத்தைப் பார்த்தார். ராமசாமி இன்னும் அப்படியே படுத்திருந்தார். 'ராமசாமி' என்று குரல் கொடுத்தார். ஒன்றும் பலன் இல்லை. ராமசாமி எழவில்லை. அவருக்கு ஏதேதோ கற்பனை.

அவருக்கு பரிச்சயமான, தெருவோரம் செருப்பு தைக்கும் மாரியை அழைத்து வந்து, ராமசாமியை எழுப்பச் சொன்னார்.

மாரி அவரைத் தொட்டு எழுப்ப முயன்றவர், 'இருங்க சார் இதோ வர்றேன்' என்று சொல்லி, சிறிது நேரத்தில் பக்கத்தில் காய்கறி கடை வைத்திருக்கும் கந்தசாமி, பழக்கடை பழனிசாமி, பேப்பர் கடை பெரியசாமி, பூக்கடை சங்கரன் முதலியவர்களை அழைத்துக்கொண்டு வந்து, "சார் அந்தக் கிழவன் பூட்டாப்லெ இருக்கு., மூச்சே காணாம்" என்று ஆராவமுதனிடம் சொன்னார்.

சற்று நேரத்திற்கெல்லாம் சிறு கூட்டம் கூடிவிட்டது. "வேலிலெ கடக்கற ஓணான மடியிலெ கட்டிக்காதிங்கோ. பேசாம போலீசுக்கு சொல்லிடுங்கோ" என்று பக்கத்து வீட்டு பத்மநாபன் புத்திமதி சொன்னார். ஆராவமுதனுக்கு மனசு ஒப்பவில்லை. போலீசுக்குப் போனால் வழக்கு வம்பு என்று இழுக்கும். அதைவிட மோசமானது, ராமசாமி உடல், அரசாங்க ஆஸ்பத்திரியின் பிணக் கிடங்கில் நான்கைந்து மாதங்கள் கிடக்கும். ஆரவாமுதனுக்கு அது சரியாகத் தோன்றவில்லை.

மாரியிடம் அவர் கேட்டார், "நான் ஆவுறெ செலவைப் பாத்துக்கிறேன். நீங்க எல்லாரும் சேர்ந்து ஆளு அம்பா இருந்து ராமசாமியின் உடலை கௌரவமான முறையில் தகனம் செய்யறீங்களா?"

''அதுக்கென்ன செஞ்சிடலாங்க'' மாரி எல்லோரையும் பார்த்தவண்ணம் சொன்னார்.

ஆராவமுதன், தன்னிடமிருந்த ரொக்கம் எட்டாயிரம் சொச்சத்தையும் கொண்டு வந்து கொடுத்தார்.

அடுத்த ஒரு மணி நேரத்தில் ஒரு வண்டியில் ராமசாமியின் உடல் மாலைகளால் மறைய வேட்டுச் சத்தமும் ஒய்யார நடனத்துடன் மயானத்திற்கு எடுத்துச் சென்று தீயிடப்பட்டு பஸ்பமானது.

ஆராவமுதனுக்கு மனதில் சொல்லொணா துயரம். ஆனாலும் ஒரு நிம்மதி, நிறைவு.

தானத்தில் சிறந்தது அன்னதானம்.

அதனினும் சிறந்தது, ஆதரவற்ற அனாதைக்கு அந்திமக் கிரியை செய்தது.

அதற்கு உதவியவர் மரமேறி.

○

19

அன்றே மறப்பது நன்று

அன்று காலை அப்புசாமி அப்படி பேசியிருக்க வேண்டியதில்லை. ஏதோ ஒரு கோபத்தில், ஆவேசத்தில், அவசரத்தில் பதிலுக்கு பதிலாக பேசி விட்டார். 'ஆறாதே நாவினாற் சுட்டவடு' வார்த்தைகளைக் கொட்டிவிட்டு இப்போது அவதிப்படுகிறார். அவர் மனம் காலமாற்றத்தை நினைத்துப் பார்க்கிறது. நேற்று ராமையாவுடன் உரையாடிக் கொண்டிருந்த போது அவர் சொன்னார், "தன் கை கடிகாரத்தைச் சுட்டிக்காட்டி, இதுதான் சிதம்பரத்தில் ஐம்பது ஆண்டுகளுக்கு முன்னர் வாங்கியது. இன்றளவும் ஓடுகிறது. ஒரு பைசா செலவில்லை. தினமும் காலையில் இந்தத் திருகாணியை பத்து முறை திருகுவ தோடு சரி. இப்போது வருகிறதே வாட்சுகள், ஆறு மாதத்திற்கொரு முறை ஐம்பது ரூபா செலவு. பேட்டரியை மாத்த வேண்டும்."

அவர் சொன்னது எவ்வளவு உண்மை! அப்புசாமியும் அவர் கல்லூரியில் படித்த போது வாங்கிய 'ரேசரை'த்தான் இன்னும் உபயோகிக்கிறார். பிளேடு மட்டும் மாற்றுகிறார். ஆனால் இப்போதோ வாரத்திற்கொருமுறை ரேசரைத் தூக்கி எறிந்துவிட்டு புதிதாக வாங்குகிறார்கள். அது, 'உபயோகி தூக்கியெறி' (Use and throw) மாடலாம். இப்போது எல்லாமே அப்படித்தான்.

மளிகை கடைக்கு சாமான் வாங்கச் சென்றால் முன்பெல்லாம் பையை எடுத்துக்கொண்டு போவோம். இப்போதெல்லாம் கையை வீசிக் கொண்டே போகிறார்கள். பிளாஸ்டிக் பையில் சாமான்களோடு வருகிறார்கள். காய்கறிக் கடைக்கும் இதே நிலை, வெறுங்கைதான். திரும்புகையில் பிளாஸ்டிக் பையில் காய்கள். ஏன் காப்பிக் கடைக்கு போகும்போது கூட பாத்திரங்களோ, டிபன் கேரியரோ கொண்டு செல்வதில்லை. எல்லாம் பார்சல்தான். பட்டர் பேப்பர், பிளாஸ்டிக் கிண்ணம், பிளாஸ்டிக் பெட்டி, பிளாஸ்டிக் பை. என்ன கொடுமை. சாம்பார், ரசம், சட்னி, ஏன் காபி கூட பிளாஸ்டிக் பைகளில். எல்லாம் 'உபயோகி, தூக்கியெறி'தான்.

அப்புசாமியின் மனம் ஆறவில்லை. இருபதாண்டுகளுக்கு முன்னர் படித்த 'ரிப்போர்ட் ஆப் திரோமன் கிளப்' நினைவுக்கு வருகிறது. ரோமன் கிளப் என்பது பெரும்பாலும் நோபல் பரிசு பெற்ற விஞ்ஞானிகள், பொருளாதார நிபுணர்கள், அரசியல் மேதைகள் முதலிய அறிவு ஜீவிகள் அமைத்த குழுமம், அந்தக் குழு குறிப்பிட்டது எவ்வளவு உண்மை! நவீன சமுதாய, பொருளாதார, கலாச்சார தாக்கத்தின் விளைவு மலிந்து கிடக்கும் கழிவுப் பொருள்களும் குப்பைகளும், மனித குலம் முன்னேற வேண்டுமானால் இந்தக் கழிவுகளிலிருந்து மீண்டு வரவேண்டும். அவர்கள் அப்படிக் கூறியதன் நோக்கம் இயற்கைச் செல்வங்களை நாமே உபயோகப்படுத்திவிடக் கூடாது. எதிர்கால சந்ததிகளுக்கும் அவற்றைவிட்டு வைக்க வேண்டும் என்பதுதான். ஆனால் நடப்பதென்ன?

எதையும் 'உபயோகி-தூக்கி எறி' தான். எதையும் பழுது பார்த்து உபயோகிப்பதில்லை. வண்டியில் ஒரு சின்ன கீறல், ஒடுக்கு விழுந்தால், அடிபட்டு நசுங்கினால் அதை ரிப்பேர் செய்ய முடியாது. "அந்த யூனிட்டை அப்படியே மாத்தனும் சார். கண்ணாடி மட்டும் உடைந்து போயிற்றா, கண்ணாடியை மட்டும் மாற்ற முடியாது. யூனிட்டையே மாற்ற வேண்டும். கூண்டோடு கைலாசம்" என்பது போல எல்லாவற்றையும் செட்டோடு மாற்றுவதுதான்.

வீட்டு உபயோகத்திலுள்ள கேஸ் அடுப்பு, குளிர் சாதனப் பெட்டி, டிவி, வாட்டர் ஹீட்டர் எதாகட்டும், 'சார் இந்த மாடல்

இப்போ வர்றதில்லை. இதைக் கொடுத்துட்டு புதுசுதான் சார் வாங்கனும், எல்லா கடைகளிலும் இப்போது 'எக்ஸ்சேஞ் ஆபர், பழசக் கொடுத்து புதுசு வாங்குங்க. பழசுக்கு அடிமாட்டுவில்லை. புதுசுக்கு யானை, குதிரை விலை."

கட்டில், படுக்கை, சோபா, மேஜை, நாற்காலி எல்லாமே 'பழசக் கொடுத்துப் புதுசு வாங்குங்க'. ஐந்து வருஷத்துக்கு ஒரு முறை தேர்தல் வந்து ஆட்சி மாறுவது மாதிரி. எல்லாமே ஐந்தாறு வருஷத்தில் மாற்றியாக வேண்டும். என்ன பலன்!

குப்பைகளும் கழிவுகளும் நாளுக்கு நாள் அதிகமாகிற தேயன்றி குறைந்த பாடில்லை முன்பெல்லாம் அந்தந்த தெருவிலே சேர்கின்ற குப்பையை ஒரு மூலையில் கூட்டிக் கொளுத்திவிடுவார்கள். அதனால் கொசு, கள்ளான்கள் தொந்தரவு இல்லாமல் இருக்கும். இப்போதெல்லாம் அப்படிச் செய்வது இல்லை. சுற்றச்சூழல் பாதிக்கப்படுகிறதாம். எல்லா குப்பை களையும் ஒரு இடத்திற்குக் கொண்டு சென்று மலைமலையாக குவிக்கிறார்கள். அங்கு அது தீப்பிடித்து எரிகிறது. அப்போது மட்டும் சுற்றுப்புறச் சூழல் பாதிக்காதோ !

அப்புசாமியின் மனம் இப்படி எதை எதையோ சிந்தித்துக் கொண்டிருக்கிறது. அப்போது ராமையா அங்கு வருகிறார்.

"என்னய்யா ரொம்ப சிந்தனையோ? நெந்தி யெல்லாம் ரேகைகள் வரிவரியா ஓடுதே..." என்று வினவுகிறார்.

அப்புசாமி மன உளைச்சலை மறைத்து லேசாக சிரித்துக்கொண்டே, "ஆமாய்யா எனக்கும் வயசாச்சுன்னு நாசுக்கா சொல்றீங்க" என்று பதிலளித்தார்.

"இல்லைய்யா... நிசமாவே உங்க முகத்தில் கவலை ரேகைகள் ஓடுது. அகத்தின் அழகு முகத்தில் தெரியுது. என்னய்யா கவலை?" ராமையா விடுவதாக இல்லை. அப்புசாமி மனம் திறக்கிறார்.

"ஆமாங்க. நெசமாவே மனசு கடந்து சங்கடப்படுது. காலைல வீட்டுலே ஒரு சின்ன சம்பவம். தண்ணீர்க் குழாய் கசிஞ்சிக்கிட்டே இருந்தது. அதை சரி செய்யறதுக்கு 'பிளம்பர்' வந்தான். 'இது

பூட்டுது சார். வேற ஒரு புது குழாய்தான் போடனும்'னான். அதிலெ 'வாசரை மாத்துனா போதாப்பா'ன்னு நான் கேட்டேன். அதுக்குள்ள அவன் கோவிச்சுகிட்டு, 'அதெல்லாம் முடியாது சார். நான் வர்ரேன்' என்று புறப்பட்டான். உடனே நம்ப பையன் சுந்தர் குறுக்கிட்டு, "நீ புதுசாவே போடப்பா'' என்று என்னைக் கோபிப்பதுபோல பார்த்தான். நான் சும்மா இருந்திருக்கலாம். எதோ வேகத்திலெ நறுக்குனு 'எனக்குக்கூட கண்ணு சரியா தெரியல. காது நல்லா கேக்கலை என்னையும் தூக்கி யெறிஞ்சுடு' ன்னுட்டேன். அப்படி நான் பேசியிருக்கக் கூடாது. அதை நெனச்சிதான் சங்கடப்பட்டு கிட்டு இருக்கேன்."

ராமையா எள்ளி நகையாடி சொல்கிறார்.

"அட பைத்தியமே. இதுக்கா இப்படி மனசு ஒடிஞ்சுபோறே. உன் பிள்ளை அதை அப்பவே மறந்திருப்பான்பா. நீ கூட மறந்துடு. அன்றே மறப்பது நன்று என்று திருவள்ளுவரே சொல்றாரு."

"அவன் மறந்துடலாம். என்னாலெ முடியலியே. ஆறாதே நாவினாற் சுட்ட வடு."

வீடு திரும்பியதும் அப்புசாமி அறிந்து கொண்டது கால சம்பவத்தை எல்லோரும் மறந்துவிட்டார்கள் என்பதை

ஆறாதே நாவினாற்சுட்டவடு - ஆயின்

அன்றே மறப்பது நன்று.

○

20

கன்று முதவுங் கனி!

அந்த சிற்றூரின் பெயர் புத்தூர்.

அதே பெயரில் எண்ணற்ற சிற்றூர்கள் உண்டு.

கொல்லிமலையில் தோன்றி ஐம்பது கிலோ மீட்டர் தூரமே ஓடி முக்கொம்புவில் காவிரி ஆற்றுடன் ஐக்கியமாவதற்கு முன்னர் ஒரு தாய் தன் பச்சிளங் குழந்தையை எவ்வளவு பாதுகாப்புடன் உடல் முழுவதையும் அணைத்தவாறு தாங்குமோ அவ்விதம் இப்புத்தூரை மூன்று பக்கங்களிலும் சுற்றி வளைத்து செல்கிறது ஐயாறு எனும் சிற்றாறு.

'ஆறில்லா ஊருக்கு அழகு பாழ்' என்பார்கள். ஆனால், இந்த சிற்றூரோ முப்புறத்திலும் ஆறால் சூழப்பட்டாலும் பொலிவு மிகுந்த ஊர் என்று சொல்ல இயலாது. 'கோயிலில்லா ஊரில் குடியிருக்க வேண்டாம்' என்பார்களே. அதனால் ஊரின் மத்தியில் மாரியம்மன் கோவில் அதை புராதனக் கோவில் என்று பெருமிதம் கொள்ள முடியாது. ஊரே புத்தூர் தானே.

'அடே சுப்பு...' அந்த மாரியம்மன் கோவில் வழியாக நடந்து சென்ற சுப்பிரமணியனை அழைத்தார் அருணாசலம். இந்தக் காலத்து பையன்கள் அவனை மணி என்றே அழைப்பார்கள்.

அதனால் சுப்பு என்று அழைத்ததால் தன்னைதான் அழைக்கிறாரா என்பது போல ஒரு பார்வை பார்த்தான்.

அருணாசலம் அந்தக் காலமனிதர். அவரும் சுப்பிரமணி யனின் தாத்தாவும். அவர் பெயர் கூட சுப்பிரமணியன் தான். நெருங்கிய நண்பர்கள். அவர் நண்பனை சுப்பு என்றே அழைப்பது வழக்கம். அதனால் இவனையும் அவ்வாறே அழைத்தார்.

சுப்ரமணியன் சற்றே தள்ளி நின்று 'கூப்பிட்டிங்களா தாத்தா?' என்று கேட்டான்.

'அந்தக் கோடி வீட்டு சுப்புதானே நீ?'

'ஆமா தாத்தா'

'அடே சுப்பு, வா இப்படி, கொஞ்சம் ஒக்காரு'

அருணாசலம் தொண்ணூறு வயதைத் தாண்டியவர். ஆனாலும் நோய் நொடி எதுவும் இல்லாதவர். வயதிற்கேற்ப சற்றே தள்ளாமை இருந்த போதிலும் நாள் தவறாமல் அந்த மாரியம்மன் கோவில் திண்ணையில் வந்து உட்கார்ந்து கொண்டு வருவோர் போவோர்களை அழைத்து அந்தக் கால நினைவுகளையெல்லாம் கதை கதையாக சொல்லிக் கொண்டிருப்பார். அது தான் அவர்பொழுதுபோக்கு. யாருமே வராவிட்டால் அங்கே சாய்ந்து உறங்கிவிடுவார்.

"ஒங்க தாத்தா அவரு என்னைவிட ரெண்டே வயது பெரியவரு. அவருதான் எனக்கு பிடிச்ச சேக்காளி (நண்பன்). நாங்க ரெண்டு பேரும் எப்பவும் சேந்தாப்பலதான் சுத்துவோம். காலங்காத்தாலெ ஆத்துக்கு போவோம். அப்பல்லாம் வருசத்துக்கு ஆறு மாசத்துக்கு ஆத்துலெ தண்ணி ஓடும். ஒரு மாசம் பெரு வெள்ளமா ஓடும். இப்ப மாதிரி அல்ல, இப்ப ஆத்துலெ தண்ணி வந்தா ஏதோ காணாததை கண்ட மாதிரி ஊரே அதிசயிக்குதே. அது சரி ஒனக்கு விவரம் தெரிஞ்சி சேந்தாப்பலெ எத்தனெ நாளு ஆத்துலெ தண்ணி ஓடியிருக்கு?"

'எங்கெ தண்ணி வருது? ரெண்டு நா சேந்தாப்லெ போனா அதிசயந்தா'

'ஆத்துலெ குத்துப் பாறையிருக்குதே தெரியுமா? ஒரு மாதிரி சாஞ்சி நிக்கும். தண்ணி ஒடிக்கிட்டு இருக்கிறப்ப ஒரு படகோட பாய்மரம் மாதிரி தெரியும். அதுலெ கையை உணாமே மேலெ ஏறி தண்ணிலெ தொபுகடீர்னு குதிப்போம். தண்ணி ஓடாதப்பொ அதே பாறையிலே ஏறி சறுக்கல் விளையாடுவோம். பட்டிக்காட்டிலே அதான் விளையாட்டு. ம்... அது ஒரு காலம்.'

'ஆமா தாத்தா காலம் மாறித்தான் போச்சு.'

இந்தக் கோயில்லெ அப்பெல்லாம் வருசம் தப்பாது திருவிழா நடக்கும். ஆட்டெ வெட்டி அதன் தலெயெ ஒசர தூக்கிப் போடுவாங்கொ. பசங்க எல்லாம் நீண்ட கழிலே ஈட்டிய சொருகி ஏந்துவாங்கோ. யாரு ஈட்டிலே தலெ மாட்டுசொ அவனுக்கு வெட்ன ஆடு சொந்தம். ஒரு தபா ரெண்டு பேரு ஈட்டிலெ தலெ மாட்டிகிச்சி என் ஈட்டிலெ தான் மொதல்லெ மாட்டுச்சி. எனக்குதான் சொந்தம்னு ரெண்டு பேரும் சண்டை போட்டுகிட்டாங்கோ. அந்த ரெண்டு பேர்லெ ஒருத்தன் முத்துராசா. மத்தவன் பிள்ளைமாரு. அந்தப் பசங்க சண்டெ சாதி சண்டையா பெருசாயிடுச்சி. ஒரே சந்தடி, கலாட்டா, அடிதடி, சுப்புதான் மத்திசம் பண்ணப் போனா. அவன் மண்டெலெ ஒரு அடி. செமெத்த அடி, மண்டேலெயிருந்து ரத்தம் கொட்டுது. பிள்ளைமாருங்க கை ஓங்கிப் போயி அல்லாரையும் ஓட ஓட வெரெட்டுனாங்கொ. திருநாளுக்கு வந்த ஒறவு மொரெயெல்லாம் ஓடிப் போனாங்கோ. எப்படியோ தாக்கல் போயிடவுனெலெருந்து போலிசு பட்டாளம் வந்து குவிஞ்சது. இரும்பு தொப்பி வச்ச போலீசு இந்த ஊருக்கு அதுக்கு முன்னாடியும் வந்ததில்லை. பின்னாடியும் வந்ததில்லை. அதோட ஊர்லெ திருநா நடக்கலெ. அது தான் ஆத்துலெ தண்ணிகூட வரமாட்டேங்குது என்று அவர் மனதில் பட்டதைச் சொல்லி சற்று நிறுத்தி என்ன கேக்கரியா தம்பி? எனக் கேட்டார்.

"சொல்லுங்க தாத்தா."

"தம்பீ இந்தக் கதையெ ஏன் ஒங்கிட்ட சொல்றென்னா ஒங்க தாத்தனுக்கு எமனா வந்தது, அந்த அடிதான். காயம் ஆறவே யில்லை. அவரு மனசொடிங்கிப் போனாரு. மனோ தெகிரியம்

இல்லேன்னா அல்ப காயம்கூட ஆளெ சாச்சிடும். ஒங்க தாத்தா வாழ்வுலெ அது நெசெமாப் போச்சு.''

“ஆமாங்க, அப்பா கூட இதெ எங்கிட்டெ ரெண்டு மூணு தபா சொல்லியிருக்காரு. மத்திசம் பண்ணப் போயி மண்டைலெ அடிபட்டு செத்தாரு எங்க அப்பன்னு'' மணி மௌனமாக இருக்கக் கூடாதென்று இடைமறித்தான்.

பெரியவரோ, “ஒங்கப்பன் கதயெ சொல்றதுக்குத்தான் பாட்டன் கதையெ அச்சாரமா சொன்னேன். ஒங்க தாத்தா சாவுறப்போ நீ பொறந்தியோ இல்லையோ ஞாபகம் இல்லெ. ஆனா ஒங்கப்பனுக்கு கண்ணாலம் ஆனது மட்டும் ஞாபகம் இருக்கு. அப்ப ஒங்க சித்தப்பன் பத்து வயசு பய. ஒங்க அத்தெ அவளுக்கு அஞ்சு வயது. ஒங்கப்பன்தான் சித்தப்பனெ வளத்து ஆளாக்குனது. அதுக்கு அவன் பட்டபாடு கொஞ்சமா நஞ்சமா? தம்பி நல்லா படிக்கிறான் அவனெ எப்பாடு பட்டாவது ஒசந்த படிப்பு படிக்க வச்சு சர்க்கார் வேலெலெ சேத்துடணும்னு துடிச்சான். அப்பப்பொ பணமொடை வரும். என்னண்டெ வருவான். நானும் நல்ல காரியம் தானேன்னு ஒதவுவென். தானியம் தவசம் வித்தப்பொறம் தப்பாமெ திருப்பிடுவான். நாணயஸ்தன். நான் கூட சமயத்லெ சொல்றதுண்டு ஒனக்கும் பொண்டு பிள்ளை இருக்கு. அதுங்களுக்கும் நீ செய்யணுமே. அப்படி இருக்க நீ தம்பி தம்பின்னு உசுரை உடுரேப்பானு. அதுக்கு அவன் என்ன சொல்வான் தெரியுமா?'

“சொல்லுங்க தாத்தா.''

'இன்னெக்கி நா அவனெ ஆளாக்குனா நாளைக்கு அவனிருந்து தங்கச்சி கல்யாணத்தெ ஜாம்ஜாமுன்னு செய்வானேம்பான். ஆனா நடந்ததென்ன?'

'நீ ஒங்க சித்தப்பனெ எப்ப பாத்தெ?'

'அவரு கண்ணாலத்துக்கப் பொறம் பாக்கிலெ.'

அவன் எங்கேயோ நல்ல வேலெலெ சேந்தான். நல்ல இடத்திலிருந்து சம்பந்தம் வந்தது. ஒங்கப்பன் இருந்து எடுத்து கண்ணாலம் செஞ்சான். பொறவு அவன் இந்தப் பக்கமே வரலெ.

குற்றம் பார்க்கின் சுற்றம் இல்லெம்பாங்க. ஒங்கப்பன் கதையிலெ குற்றம் பார்க்காமலெ சுற்றம் போயிடுச்சி. பணம் வந்தா பத்தும் போயிடும்பாங்க. எது போவுதோ இல்லையோ பந்த பாசம் போயி டுமப்பா. ஒங்கப்பன் அவனெ ஆளாக்குறதுக்கு எவ்வளவோ கஷ்டப்பட்டான் நஷ்டப்பட்டான் எல்லாம் அவனிருந்து தங்கச்சி கல்யாணத்தை செஞ்சி வப்பான்னுதான் ஆன, அவன் கண்ணாலத்துக்கப்புறம் ஒங்க ஒறவே வேணாம்னு போயிட்டான். ஒங்கப்பனுக்கு சரியான இடி. தங்கச்சியோ கண்ணாலத்துக்கு நிக்கறா. மலயா நம்பிக்கிட்டு இருந்த தம்பி நழுவிட்டான். ஒங்கப்பன் மனொசொடிங்கிட்டான். எப்படியோ தட்டுத் தடுமாறி ஒங்க அத்தையெ கைவுடாமெ ஒரு கண்ணாலம் பண்ணி வெச்சான். ஒங்க தாத்தான் முத்தாத்தான் இருந்த இருப்புக்கு ஒங்க அத்தை போன இடம் ஒத்ததில்லைதான். ஆனா என்ன பண்றது? வாழ்ந்தாகணுமே. மனுஷப் பொறப்பு எடுத்தா எல்லாந்தா படனும். கை விரலு ஒத்த மாதிரியா இருக்கு. ஆனால் ஒத்துமெயா இல்லெ. அது மாதிரி மக்க ஒத்துமையா இருக்க வேணும். இல்லியே.

பாவம் ஒங்கப்பனுக்குதான் மனசு உட்டுபோச்சி. இந்த மாதிரி நமக்கு தகாத எடத்துலெ கட்டிவெச்சுட்டமேன்னு கவலை. கவெலெப்பட்டு ஆவதென்னு மனசெ தேத்திக்கணும். ஆனால் ஒங்கப்பன் மனசெ தேத்திக்கலெ. கவலெலிருந்து காயிலாவுலெ வுழுந்தான். காயலா வந்து மனசு தெகிரியம் இல்லென்னா அது ஆளைக் கவுத்துடும். நமக்கு பெண்டு பிள்ளைக இருக்காங்கிறதெ நெனச்சி அவன் தெகிரியமா இருந்துருக்கொணும். அப்படி இல்லாமெ போயிட்டான். சாவுர வயசா அது? நான் இருக்கேன் பூமிக்கு பாரமா. எனக்கு என்னா கடெமெ இருக்கு? எம் புள்ளிங்க பேரப்பிள்ளிங்க அல்லாருக்கும் கண்ணாலம் கார்த்தினு ஆயி போச்சு. நான் இப்படி கோயில் திண்ணையில் ஒக்காந்துகிட்டு ஊரு கத பேசேறேன். ஒங்கப்பன் தம்பி தங்கைகளுக்கு செஞ்சிட்டு தன் பிள்ளை ஒனக்கு ஒண்ணும் செஞ்சி பாக்காமெ போயிட்டான். அவன் போயும் பத்து வருஷம் இருக்குமே!

'பத்துக்கு மேலேயே ரெண்டு வருஷம் ஆவுதுங்க. இப்ப எதுக்குங்க அந்தக் கதெயெல்லாம்.'

இல்ல தம்பி ஒங்க தாத்தான் எப்பேர்ப்பட்ட மனுசன். ஊருக்காவ எப்பவும் பாடுபட்டான். ஒத்துமையாயிருங்கன்னு மத்திசம் பண்ணப் போய் மண்டையிலெ அடிபட்டு தேறாமெ போயிட்டான். ஒங்கப்பன் தம்பி தங்கைக்கு பாடுபட்டு ஒன்னெ அம்போன்னு உட்டுட்டு போயிட்டான்.

'வாழைக்கு தானீன்ற கன்றே கூற்றாகும்'னு மூதுரையுண்டு. அது மாதிரி ஒன் தாத்தானும் அப்பனும் போயிட்டான். நீயாவது... என்று அவர் பேசி முடிக்கவில்லை....

'மணி இங்கென்னடா பண்றெ? வூட்லெ அத்தெ வந்திருக்கா' மணியின் நண்பன் அவனை அழைத்தான்.

'தாத்தா கூப்பிட்டாரு வழக்கம் போலெ அவரு வுடலெ. தொ வாரேன் போ' என்று நண்பனை அனுப்பிவிட்டு தாத்தாவிடம் 'அத்தை வந்திருக்காம். நான் போயிட்டு வாரேன்' என்றான் மணி.

'சரி போய் வாப்பா தாத்தானெ அப்பனெ நெனச்சிக்கோ.'

சுப்ரமணியன் விரைவில் வீட்டை அடைந்தான். அங்கே பார்வதி காத்திருந்தாள். பார்வதி சுப்ரமணியனுக்கு உறவு முறைப்படி அத்தை. ஆனால் அக்கா என்றுகூட சொல்ல முடியாது. ஏறக்குறைய ஒத்த வயதினரைப் போலவே இருந்தனர். தன் அண்ணி அவள் பிள்ளைக்காக இவர்களுக்கு கூடமாட ஒத்தாசையாக இருப்பதற்கான வசதி அவளிடம் இல்லை. தனக்கென்று ஒரு புருசனும் பிள்ளையும் இருக்கும்போது அவர்களை விட்டுவிட்டு பிறந்த வீட்டுக்கு வந்துவிடமுடியுமா? அவர்களையும் இங்கே அழைத்துக் கொண்டு வந்து தங்குவது கௌரவமில்லையே. அவர்கள் இப்படியெல்லாம் பேசிக் கொள்வதில்லை. ஆனால் உள்ளத்தால் உணர்ந்து கொண்டார்கள்.

மணி பார்வதியைக் கண்டதும் 'பாலனையும் அத்தானையும் கூட்டிக்கிட்டு வரலியா?' என்று கேட்டான்.

'இல்லெ மணி, நா ஒங்கிட்டெ ஒரு சங்கதி பேசலாம்னு வந்தேன்.'

'சொல்லுமா என்ன விசயம்?'

'ஒன்னுமில்லே...' பார்வதி சற்றே தயங்கினாள்.

'பாலனுக்கென்னம்மா, உடம்பு சுகமில்லையா?'

'அதெல்லாமொன்னுமில்லெ. அவன் நல்லா படிக்கிறான். முசிறி ஸ்கூல்லெ படிக்க வையுங்கன்னு அவங்க வாத்திமாரு சொல்றாரு நம்மாலெ முடியுமான்னு மாமா தயங்குறாரு. நா அதெல்லாம் அண்ணியும் மணியும் பார்த்திக்கிடுவாங்கன்னு சொல்லறதுக்கு முன்னாடி ஒங்ககிட்டே ஒரு வார்த்தை கேட்டிட லாமுன்னு வந்தேன்.'

'அதுக்கு எங்களை கேட்கணுமா?' அண்ணியும் மணியும் ஒன்றுபோல சொன்னார்கள். 'தாராளமா சொல்லு. பாலனோட படிப்பு எங்க பொறுப்பு.'

பெரியவர் அருணாசலம் சற்று முன் தான் தாத்தாவை பற்றியும் தந்தையைப் பற்றியும் சொல்லிவிட்டு நீயாவது... என்று ஏதோ சொல்ல நினைத்தார். ஆனால் சொல்வதற்கு முன் அழைப்பு வந்துவிட்டது.

அருணாசலம் சற்று முன் தான் சுப்ரமணியனின் தாத்தாவும் தந்தையும் ஊருக்கு உழைத்து வீணாகிப் போனார்கள். நீயாவது புத்திசாலியா பிழைத்துக் கொள் என்று சொல்ல வந்தார்.

ஆனால், சுப்பிரமணியன் தன் தங்கை மகனுக்கு உதவத் தயாராகி விட்டான்.

வாழைக்கு தானீன்ற காயே கூற்றாகும். இருந்தாலும் கன்று மரமானதும் தார் போடுவதில்லையா?

கன்று முதவுங்கனி.

○

21

அதுவும் அன்றே...

'**அ**க்கடா' என்று இருக்கவேண்டிய அய்யாசாமி, 'உஸ் அப்பாடா' என்று பெரிய சுமையை இறக்கி வைத்ததுபோல அந்த இரயில் பெட்டியில் சாய்ந்தார். இரயில் இதோ புறப்படப் பேகிறது சென்னயை நோக்கி. ஆனால், அவர் மனமோ பின்னோக்கி அசைப் போடுகிறது.

இறவை மாடுகளும் ஏர்க் கலப்பையுமாக வாழ்ந்த தன் தந்தை முத்துசாமி, பின்னர் பம்ப் செட்டும் வாடகை டிராக்டருமாக ஓடிய தன் வாழ்க்கை. எக்காலத்திற்கும் ஏற்ற பொதுமறையான திருக்குறள், 'உழுதுண்டு வாழ்வாரே வாழ்வார்' என்று எவ்வளவு போற்றினாலும், 'இந்த விவசாயத்தை விட்டு வேறு தொழிலுக்கு நம் பிள்ளையாவது போக மாட்டானா' என்று ஏங்கும் பெரும்பாலான விவசாயிகளில் ஒருவர்தான் அய்யாசாமி. மகன் இரத்தினத்தை எப்பாடுபட்டாவது படிக்கவைத்து பட்டணத்து சீமைப் பக்கம் அனுப்ப வேண்டும் என்ற வைராக்கியத்தோடு போராடுகிறவர்.

இரத்தினம் சிறு பிள்ளையாக இருந்தபோது சுறுசுறுப் பாகவும் படுசுட்டியாகவும் 'வாலு'வாகவும் இருந்தான். ஆரம்பத்தில் பள்ளிக்கூடத்தில் சேர்ந்தபோது அழுது ஆர்ப்பாட்டம் செய்யாமல்,

'ஒப்பா' போய் வருவான். நன்றாகவும் படிப்பான். பள்ளிக்கூடத்தை நடத்தி வந்த லிங்கங்கட்டி ஐயர் அவனைத் தட்டிக் கொடுத்தார். ஊராரும், 'தெக்கத்தியானுக்கு என்னப்பா பையன் நல்லா படிக்கிறானாம்' என்று பெருமையாகவும் பொறாமையாகவும் பேசுவார்கள். அய்யாசாமியை தெக்கத்தியான் என்பது ஊர் வழக்கம். அய்யாசாமியும் 'பையன் படிச்சு பட்டணம் போனா நல்லது தானே' என மகிழ்ந்தார்.

உள்ளூரில் ஆரம்பப் பள்ளியில் ஐந்தாம் வகுப்பு வரை படித்தபோது 'ஒப்பு, சமத்து, சுட்டி, கெட்டி' என்றெல்லாம் பெயரெடுத்த இரத்தினம், பக்கத்து ஊரிலுள்ள உயர்நிலைப் பள்ளியில் சேர்ந்தபோது மாறிப்போனான். பள்ளிக்கூடம் போவதற்கே முரண்டு பண்ண ஆரம்பித்தான். இருக்கிற 'வேலவெட்டி'யை விட்டு விட்டு அவனைப் பள்ளிக்கு அழைத்துக் கொண்டு போவது அய்யாசாமியின் வேலை ஆயிற்று. அப்படிக் கொண்டுபோய் விட்டு வந்தாலும் மதியத்தோடு திரும்பி விடுவான். ஊராரின் பேச்சுக்கும் ஏச்சுக்கும் கேலிக்கும் கிண்டலுக்கும் ஆளானார் அய்யாசாமி. 'புலியைப் பார்த்துப் பூனை சூடு போட்டுகிட்டதாம்', 'அவனவன் தொழிலைப் பார்க்காமே' என்றெல்லாம் விமர்சனம் செய்தார்கள். ஆனால், அய்யா சாமி மனந்தளரவில்லை. வருடம் முழுவதும் போராடி பள்ளியில் தக்க வைத்தார்.

'நாற்றிலிருந்த நட்ட பயிர் சற்று வாட்டமுற்றே வளரும்' என்பது அந்த விவசாயிக்குத் தெரியாதா என்ன! ஓராண்டில் பையன் சுதாரித்துக் கொண்டான். தினம் போய் வர ஆறு கிலோ மீட்டர் நடந்தாலும் சோர்வுறாமல் படித்தான். படிப்பில் நாட்டமும் ஈடுபாடும் கொண்டு படித்தான். 'முயற்சி திருவினையாக்கும், விடாமுயற்சி வெற்றி பெறும்' என்பதற்கிணங்க இரத்தினம் பத்தாம் வகுப்பிலும் பனிரெண்டாம் வகுப்பிலும் நல்ல மதிப்பெண்களைப் பெற்று பள்ளியில் முதல் மாணக்கனாக வந்தான். அவனுக்கு நேர்முக கலந்தாய்வில் ஒரு நல்ல பொறியியல் கல்லூரியில் இடமும் கிடைத்தது.

அய்யாசாமிக்கு இடையிடையே தன் மனைவி முத்து லட்சுமியின் நினைவும் வந்தது. அவள் மட்டும் இருந்திருந்தால்,

'பய பெரிய இஞ்சீனியர் ஆவப் போறான், பட்டிக்காட்டிலெ வாழாமெ பட்டணத்தில இருப்பான். நல்லா சம்பாதிப்பான். நம்மையெல்லாம் கெவுரமா வாழ வைப்பான்' என்றெல்லாம் எண்ணி சந்தோஷப்பட்டிருப்பாள். ஆனால், அவளுக்கு அதற்கெல்லாம் கொடுத்து வைக்கவில்லை; கொடுப்பினை இல்ல. அவசரமாப் பொயிட்டாள். அவள் போன பிறகு அய்யாசாமி தாயுமாகி அவனைப் பேணினார். இரத்தினத்திற்கு தாயின் அரவணைப்பு தேவையில்லாத வயசாகியிருந்ததால் அய்யா சாமிக்கு அது ஒரு சுமையாகத் தோன்றவில்லை. ஊரார், உற்றார், உறவினர்களின் ஆலோசனையை புறந்தள்ளி மறுமணமே செய்து கொள்ளவில்லை.

இரத்தினத்திற்கு நாலாண்டுகள் படிப்பு. ஏதோ ஒரு நொடிப் பொழுதாக ஓடியது. கல்லூரியில் நடந்த நேர்காணலில் ஒரு நல்ல கம்பெனியில் ஆண்டுக்கு ஆறு லட்சம் சம்பளத்தில் வேலை கிடைத்தது. சரி பையனுக்கு நல்ல இடத்தில் பெண் பார்க்க ஆசைப்பட்டார். ஆனால், அவன் அதற்கு சம்மதிக்கவில்லை. 'ரெண்டு வருஷம் பொறுங்கப்பா' என்றான். ஒரு வருஷம் கூட முடியவில்லை. அதற்குள் அவன் தந்தையைத் தேடி கிராமத் திற்குப் போனான்.

'அப்பா நான் அமெரிக்கா போய் மேல் படிப்புப் படிக்கப் போறேன். அப்பதான் இன்னும் ஒசந்த வேலைக்கு போலாம்' என்றான். 'சரிப்பா. உன் இஷ்டம்' என்று உடனே சம்மதித்தவர், 'வெளிநாடெல்லாம் போய் படிக்க நமக்கு வசதி பத்தாதே' என்ற ஐயப்பாட்டையும் வெளியிட்டார். பிறகு, அவராகவே 'கிழக்கே நரிகுட்டைக் காடு இருக்கே. அது வெறும் தரிசாத்தான் கெடக்கு. இப்ப அதுக்குக்கூட ஒரு மவுசு வந்திருக்கு. ஒரு பெரிய ரோடு அந்தப் பக்கம் வருதாம். நம்ம காடு ரோட்டோரத்திலெ இருக் கிறதாலெ அதை வாங்க அலையறாங்க. ஒரு லட்சத்துக்குக்கூட பெறாத நிலம், இப்ப பத்து பதினைஞ்சுக்கு போகும் போல இருக்கு. அதெ முடிச்சுட்டா போச்சு' என்று சொன்னார். 'சரி அப்படியே செய்யுங்கப்பா. இன்னும் ஒரு மாசத்தில எனக்குப் பதினைஞ்சு தேவைப்படும். என் கிட்ட மூணு தேந்துடும். நீங்க ஒரு பன்ரெண்டு கொண்டாந்தா போதும்' என்று இரத்தினம் சொன்னான்.

அய்யாசாமி நிலத்தை பதினைந்து லட்சத்திற்கு விலைபேசி ரொக்கமும் பெற்றுக் கொண்டார். ஊரார் ஏளனம் பேசினார்கள். 'பையன் வெளிநாடு போய்ட்டா திரும்ப மாட்டான். அங்கேயே ஒரு வெள்ளைக்காரச்சிய கல்யாணம் பண்ணிகிட்டு தங்கிடுவான். அப்புறம் தள்ளாத காலத்திலெ நீ தன்னந்தனியா தவிக்க வேண்டியதுதான்' என்றெல்லாம் பயமுறுத்தினர். ஆனால், அய்யாசாமி அதற்கெல்லாம் அஞ்சவில்லை. பையன் ஆசைப்பட்டபடி அமெரிக்கா போய் படிக்கட்டும் என்ற தீர்மானத்தோடு அந்த நிலம் விற்றத் தொகையை முழுவதுமாக எடுத்துக் கொண்டு புறப்பட்டுவிட்டார். மடியில் கனமிருந்தால் வழியில் பயமிருக்கும் என்பர். அய்யாசாமியோ ஏதோ பெரிய சுமையை இறக்கி வைத்தவர்போல இரயிலில் 'ஸ் அப்பாடா' என்று அமர்ந்தார்.

இதோ இன்னும் ஐந்தே மணி நேரம். சென்னையைச் சென்று அடைந்துவிடலாம். இரத்தினம் இரயில் நிலையம் வந்து காத்திருப்பான். அவனிடம் தொகையை ஒப்படைத்துவிடுவோம். இவ்வாறாக அய்யாசாமியின் மனம் அசைபோடுகிறது. அவருடைய மனவோட்டத்தை நிறுத்த சக பயணி ஒருவர் பேச்சு கொடுக்கிறார். மேலை நாட்டவர்கள் அதுவும் குறிப்பாக ஆங்கிலேயர்கள் அருகருகே அமர்ந்து எத்தனை தூரம் எத்தனை நேரம் பிரயாணம் செய்தாலும் பக்கத்தில் உள்ளவர்களிடம் பேச மாட்டார்கள். யாராவது மூன்றாவது நபர் அவர்கள் இருவருக்கும் பரிச்சயமானவர் முறைப்படி அறிமுகப்படுத்தினால் கை குலுக்கிப் பேசுவார்கள். ஆனால் ஆசியா கண்டத்தவரோ அல்லது ரஷ்யரோ உடன் பயணம் செய்பவர்களிடம் சகஜமாக பேசிப் பழகுவார்கள். பயணம் சற்று நீண்டதாக இருக்குமேயானால் இவருடைய குடும்ப சரித்திரமே பரிமாறப்பட்டிருக்கும். அப்படித்தான் அய்யாசாமியின் கதையும். சக பிரயாணி பேச்சுக் கொடுத்தவுடன் தன்னுடைய வாழ்க்கைச் சரிதையை அவரிடம் விலாவாரியாக சொல்லி வைத்தார். தன்னுடைய விவசாயம், தன் மனைவியின் மரணம், தனக்குள்ள ஒரே பையனின் படிப்பு, அவன் வேலையை விட்டுவிட்டு மேல் படிப்புக்காக அமெரிக்கா செல்ல இருப்பது, அதற்குத் தேவைப்படுகின்ற பணம், தக்க சமயத்தில் தனக்கிருந்த உதவாக்கரை நிலம், ரோடு போடப்படுவதால் மதிப்பு உயர்ந்தது. அதை விற்று வந்த பணத்தை

பிள்ளையிடம் சேர்க்கவே இந்தப் பயணம் என்று 'வெள்ளந்தி'யாக தன்னுடைய சரித்திரத்தை ஒப்புவித்தார்.

இதைக் கேட்டுக் கொண்டிருந்த ஒருவன் அவரையே கவனித்துக் கொண்டிருந்தான். அவர் சற்றே கவனக் குறைவா எதையோ பார்த்துக்கொண்டிருந்த தருணத்தில் 'லபக்'கென்று அவருடைய பெட்டியை தூக்கிக் கொண்டு ஓடினான். உடனே 'திருடன் திருடன்' என்று அய்யாசாமி அலறினார். ஒரு சக பிரயாணி சமயோசிதமாக ரயிலின் செயினைப் பிடித்து இழுத்தார். வண்டி நிற்பதற்குள்ளாக திருடன் பெட்டியோடு இரயிலிலிருந்து கீழே குதித்து தப்பி ஓட எத்தனித்தான். அப்போது எதிர்த் திசையில் வேகமாக வந்த இரயிலில் சிக்கி சிதறுண்டு போனான். ஒரு கை அந்தப் பெட்டியை பத்திரமாகப் பிடித்துக் கொண் டிருந்தது.

'அரசு அன்றுகொல்லும் தெய்வம் நின்று கொல்லும்' என்பர். இங்கே அதுவும் அன்றே கொன்றது.

பி.கு: இரயில் நின்றவுடன் கார்டு விசாரணை செய்து பெட்டியை ஒப்படைத்து விட்டு மரணத்திற்காக ஒரு வழக்கை பதிவு செய்ய ஏற்பாடு செய்தார். இரயில் இரண்டு மணி நேரம் தாமதமாக சென்றது.

அய்யாசாமியின் பிள்ளைக்கு தக்க சமயத்தில் பணம் சென்றடைந்தது.

O

22

நம்பினார் கெடுவதில்லை

அந்தப் பகுதிக்குச் சென்று 'காமுப்பாட்டியின் வீடு எங்கே?' என்று கேட்டால் யாரும் சட்டென்று சொல்லிவிடுவார்கள். பாட்டி அவ்வளவு பிரபலமானவர் என்பதை விட அந்த வீடு அந்தப் பகுதியில் பிரபலம். அவ்வளவு அழகான, நேர்த்தியான, எடுப்பான, பார்ப்பவர்களைப் பரவசப்படுத்தும்படியான புதுமையான வீடு. அந்த வீட்டை அவர் கணவர் கந்தசாமி கட்டி முடித்ததோடு சரி. அவர் அதிக நாட்கள் அந்த வீட்டில் வாழவில்லை. ஒரு நாள் ஏதோ தலை கனப்பது போலவும், சுற்றுவது போலவும், நெஞ்சு வலிப்பது போலவும் தோன்றவே ஆஸ்பத்திரிக்கு போனவர் எதையோ ஆராய ஒரு ஊசியைக் குத்தி நரம்பில் மருந்து ஏற்றியிருக்கிறார்கள். அதில் அறியவொண்ணாத விபரீதம் ஏற்பட உடனே உயிர் மூச்சு நின்றுவிட்டது. வீட்டுக்கு வெறும் சடலமாகத்தான் திரும்பினார். அந்த நிகழ்வை அப்படி ஒற்றை வரியில் சொல்லிவிட முடியாது.

தூரத்து உறவினர்களெல்லாம் ஒன்றுகூடி, "உடலைப் பெற்றுக்கொள்ள மாட்டோம். விசாரணை தேவை. டாக்டர்கள், நர்சுகள் மேல் நடவடிக்கை எடு, நஷ்ட ஈடுகொடு, போலீசே கேஸ் பதிவு செய்" என்று ஆஸ்பத்திரி வாயிலில் தர்ணா செய்தார்கள்.

ஆனால், அன்னகாமுதான் - காமுப் பாட்டியின் அப்போதைய பெயர் - அவர்களிடம் கெஞ்சிக் கூத்தாடி, உடனே கணவரின் உடலை வீட்டுக்கு எடுத்தச் சென்று செய்ய வேண்டிய மரியாதைகளையெல்லாம் செய்யுங்கள் என்று மன்றாட, கூட்டத்தினர் மனமிறங்கி கந்தசாமியின் பூத உடலைக் கொண்டு வந்து ஆக வேண்டிய காரியங்களை செய்து முடித்தனர். ஆனால், அவர்களில் சிலருக்கு அன்ன காமுவின் மீது அளவற்ற கோபம். தர்ணாவைத் தொடர்ந்து செய்து ஆஸ்பத்திரியிலிருந்தும் அரசாங் கத்திடமிருந்தும் ஒரு பெரிய தொகையை பெற்றிருக்கலாம், அவள் கெடுத்து விட்டாள் என்பது அவர்கள் குறை. அன்னகாமுவுக்கோ கணவரே போய் விட்டார். குழந்தை குட்டி கிடையாது. இனி காசு பணம் எதற்கு? யாருக்கு வேண்டும் என்ற நிலை. எப்படியோ அவர்களிடம் மன்றாடி காரியத்தை சாதித்தார்.

கல்யாணத்திற்கு முன்னர் காமாட்சியாகவும் கல்யாணப் பத்திரிகையில் அன்னகாமு என்று பெயரிடப்பட்டு பின்னர் அந்தப் பெயரே நிலைத்தது. அவருடைய இருபத்தைந்து வருஷ கால மண வாழ்க்கை எல்லாவித இன்பங்களைக் கொண்டதாயி ருந்தாலும் மகவு பாக்கியம் மட்டும் கிட்டவில்லை. இருந்தாலும் கந்தசாமி அவர்களுக்கென ஒரு அழகான வீட்டைக் கட்டினார். முன்னர் சொன்ன வீடுதான் அது.

எத்தனைச் செல்வமிருந்தாலும் குழந்தைச் செல்வத்துக்கு ஈடுண்டா? கணவர் வீடு கட்டி வரும்போது ஒரு சிறுவனை வீட்டோடு வைத்து வளர்த்தார். அந்தச் சிறுவன் ஆறுமுகம் என்று ஆண்டவன் பெயரைக் கொண்டவன். கணவர் இறந்தபோது அவனுக்குப் பத்து வயது. வீட்டில் வளர்த்தார்களேயன்றி சட்டப்பூர்வமாக அவனை தத்து எடுத்துக் கொள்ளவில்லை. கந்தசாமிதான் பொசுக்கென்று போய் விட்டாரே. எப்படித் தெடுக்க முடியும்? கடந்த பத்தாண்டுகளாக அன்னகாமு ஆறுமுகத்துடன் அந்த வீட்டில் வசித்து வருகிறார். கணவனை இழந்த துயரத்தால் மனது சோர்வடைய, அந்த சோர்வால் உடல் தளர, வயோதிகம் வெளிப்பட, அன்னகாமு, காமுப் பாட்டியாக மாறுகிறாள்.

காமுப் பாட்டி இப்போது ஒரு காரியத்தை செய்ய விழைகிறார். அவள் வசிக்கும் வீட்டின்மீது பல உறவினர்கள்

வெவ்வேறு கனவுகளோடு இருக்கும் நிலையில் காமுப் பாட்டி அந்த வீட்டை ஆறுமுகத்துக்கு செட்டில் செய்ய விரும்புகிறார். அதைக் காதும் காதும் வைத்தாற்போல முடித்துவிட வேண்டும் என்று நினைக்கிறார். ஏனென்றால் நாலு பேருக்குத் தெரிந்தால் எதை எதையோ சொல்லி தடுத்து விடுவார்கள் என்ற பயம். ஆறுமுகத்திடம்கூட சொல்ல விரும்பவில்லை. சொன்னால் உறவினர் பலர் இருக்க அவனுக்கு சொத்தைக் கொடுத்தால் பாட்டிக்கு எத்தனையோ பிரச்சினைகள் வரும். அப்படியெல்லாம் செய்யாதீர்கள் என்று அவனும் தடுத்து விடுவான் என்ற அச்சம். அதனால் காதும் காதும் வைத்தாற்போல யாருக்கும் தெரியாமல் அவனுக்கு வீட்டை உடனடியாக செட்டில்மெண்ட் பத்திரம் எழுதிவிடத் துடிக்கிறார். அவன் பேரில் சொத்து இருந்தால் யாரும் பெண் கொடுப்பார்கள். அவனுக்கும் ஒரு வாழ்க்கை அமைந்துவிடும் என்பது பாட்டியின் கனவு. அவன் 'வெறுங்கை என்பது மூடத்தனம் விரல்கள் பத்தும் மூலதனம்' என்று நம்புகிறவன். ஆனாலும் காலும் கையுமாக இருந்தாலும் இந்த சமூகம் காசும் பணமுமாக இருந்தால்தானே மதிக்கும் என்ற எண்ணம் பாட்டிக்கு.

தனியாகவே பத்திரப் பதிவாளர் அலுவலகம் செல்கிறார். அங்கே அருகாமையில் உள்ள பத்திரம் டைப் செய்யும் அலுவலகத்திற்கு சென்று ஒரு குமாஸ்தாவிடம் தான் தன் வீட்டை தன்னோடு வசிக்கும் ஆறுமுகம் என்கிற பையனுக்கு செட்டில்மெண்ட் செய்ய விரும்புவதைச் சொல்கிறார். அவரோ மூன்றாம் நபருக்கெல்லாம் செட்டில்மெண்ட் செய்ய முடியாது. கிரைய பத்திரம் தான் எழுத முடியும் என்றும் அப்படிக் கிரைய பத்திரம் எழுத நாலு இலட்சத்திற்கு மேல் ஸ்டாம்ப் பேப்பர் வாங்க வேண்டும் என்றும் சொல்ல, பாட்டி அவன் ஒன்றும் மூன்றாம் நபர் அல்ல; தன் வளர்ப்பு மகன்தான் என்கிறார் பாட்டி. குமாஸ்தாவோ அதற்கு அத்தாட்சி வேண்டுமே எனக் கேட்கிறார். அத்தாட்சி இல்லை. அக்கம்பக்கத்தில் விசாரித்தால் எல்லோரும் அவன் என் தத்துப்பிள்ளை என்பதை உறுதி செய்வார்கள் என்று பாட்டி விளக்கமளிக்கிறார்.

குமாஸ்தா சற்றே யோசித்துப் பிறகு, 'இதோ வாரேன்' என்று சொல்லி உள்ளே சென்று யாரையோ கண்டு விவாதித்து

திரும்பவும் வந்து நீங்கள் ஆறுமுகத்தை மகனாக தத்து எடுத்துக் கொண்டு அந்த அடாப்ஷன் பத்திரம் பதிவும் செய்ய வேண்டும். அதை முதலில் செய்யுங்கள். அதற்கு நாங்கள் உதவி செய்கிறோம் என்றார். பாட்டியும் சம்மதித்தார். ஆறுமாதகால அலைச்சலுக்கும் செலவுக்கும் பின்னர் ஆறுமுகம் காமுப் பாட்டியின் அதிகாரபூர்வமான வளர்ப்பு மகனாகிறான்.

ஊரும் உலகமும் அறிய வந்தது. உற்ற உறவினர்களுக்கோ பாட்டியின் மேல் படுகோபம். புருஷன் இறந்தபோது ஆஸ்பத்திரியில் தொடர்ந்து தர்ணா செய்திருந்தால் கொஞ்சம் காசு பணம் பார்த்திருக்கலாம். அதைக் கொடுத்தாள். இப்போது மொதலுக்கே மோசம் வந்து விட்டதே. அந்த ஆறுமுகத்தை தத்து எடுத்து விட்டாளே. இனி அந்த வீட்டில் எந்த உரிமையும் இல்லாமல் போய்விடுமே என்ற ஏமாற்றம் பாட்டியை முற்றிலுமாக விரோதித்துக் கொண்டார்கள். பாட்டி அதைப் பற்றி கவலைப் படவே இல்லை.

சில மாதங்களுக்குப் பிறகு பாட்டி செட்டில்மெண்ட் பத்திரம் எழுதச் சென்றபோது அவர்கள் பாட்டியின் காலத்திற்குப் பிறகு என்று கண்டிஷனல் செட்டில்மெண்ட் எழுதினார்கள். பாட்டிக்கு அதில் சம்மதமில்லை. நிபந்தனையற்ற செண்டில் மென்ட் எழுத வேண்டும் என்றார். அப்படி எழுதினால் நாளைக்கே அந்தப் பையன் புத்தி மாறி பாட்டியை வீட்டை விட்டு விரட்டி விட்டாலும் விரட்டி விடுவான் என்று பயமுறுத்தினார்கள். பாட்டிக்கு ஆறுமுகத்தின் மேல் அசைக்க முடியாத நம்பிக்கை. ஏதோ ஒரு நம்பிக்கையில்தானே உலகமே இயங்குகிறது. பாட்டி கட்டாயப்படுத்தி நிபந்தனை இல்லாத செட்டில்மெண்ட் பத்திரம் எழுத வைத்தார். மறுநாள் பத்திரப் பதிவாளர் முன்னிலையில் கையெழுத்திடும் போது பதிவாளர் திரும்பவும் கேட்டார், "பாட்டீ ஆறுமுகம் பெத்த பிள்ளை கூட இல்லை. தத்தெடுத்தப் பிள்ளை, நாளைக்கே அவன் உன்னை வீட்டை விட்டு தூரத்தினால் நீ என்ன பண்ணுவே?"

''அப்படியெல்லாம் ஒண்ணும் ஆவாதுங்க, ஐயா. ஆறுமுகத்தை நான் நம்புகிறேன். அவன் சொத்து சுகத்துக்கு ஆசைப்பட்டவனில்லை. சொத்து வந்துவிட்டதென்று அவன்

என்னை உதறிவிட மாட்டான். நம்பணும் ஐயா. நம்பிக்கைலெதான். இந்த உலகமே உருளுது. இந்தப் பத்திரம் இப்படியே இருக்கட்டும் ஐயா” என்று திடமாக பதில் அளித்தார் பாட்டி.

அதிகாரி, “அப்படியானால் சரி. பதிவு செய்யுங்கள்” என்று ஆணையிட்டார். எல்லா வேலையும் முடிந்து காமுப் பாட்டி பத்திரத்தோடு புறப்பட்டபோது அன்றைய மாலை செய்தித்தாள் வந்து விட்டது. அருகிலிருந்த தேநீர்க் கடையில் ஒரு முதியவர் தேநீர் அருந்தியபடி செய்தித் தாளை வாசித்துக் கொண்டிருந்தார்.

போரூருக்கருகிலுள்ள மவுலிவாக்கத்தை அடுத்த கவுரிவாக்கத்தில் ஒரு மூதாட்டி கோரக் கொலை. கொலை செய்தது யார்? போலீசு துப்பு துலக்குகிறது. பாட்டியை யாரோ கொலை செய்துவிட்டார்கள் என்று போலீசில் புகார் கொடுத்த பேரன் மீதே சந்தேகம். போலீஸ் தீவிரமாக விசாரித்து வருகிறது. அக்கம் பக்கம் சென்று விசாரித்ததில் பாட்டிக்கும் பேரனுக்கும் கொஞ்ச நாட்களாக அரசல்புரசலாகவே வாய்ச் சண்டை. பாட்டியின் ஆயுசுக்குப் பிறகுதான் பேரனுக்கு சொத்து என்று உயிலாம். பேரானோ இப்போதே சொத்தை விற்க வேண்டும் என்று பாட்டியுடன் வாக்குவாதம். ஆனால், பாடடி ஒத்து வரவில்லை. அதனால் பேரன் தான் கூலிப் படையை வைத்து கதையை முடித்திருப்பான் என்று ஊகம். பேரனை போலீஸ் விசாரித்துக்கொண்டிருக்கிறது.

தனக்குப் பிறகுதான் பேரனுக்கு சொத்து என்று சர்வ ஜாக்கிரதையோடு செயல்பட்ட ஒரு மூதாட்டியின் முடிவே இப்படியென்றால் நிபந்தனையற்ற செட்டில்மெண்ட் எழுதிய காமுப்பாட்டிக்கு என்ன நடக்கும்?

ஆறுமுகத்தின் பேரில் காமுப் பாட்டிக்கு அசைக்க முடியாத நம்பிக்கை. நம்பிக்கை இருக்கும்போது நிபந்தனைகள் எதற்கு? நம்பிக்கை தராத பாதுகாப்பு, நிபந்தனைகள் தந்துவிட்டதா?

நீண்டகாலம் காமுப்பாட்டி வாழ்ந்து, ஆறுமுகத்துக்கு ஒரு துணையைத் தேடி வைத்து அவர்கள் மூலமாக ஒரு பேரக் குழந்தைப் பார்த்தப் பிறகே நிம்மதியோடு இந்த உலகைப் பிரிந்தார்.

நம்பினார் கெடுவதில்லை.

23

அவன்

அலைகள் ஆர்ப்பரிக்கும் கடல் இவ்வுலகைச் சூழ்ந்திருக்கும் ஆழிக்குத்தான் எத்தனை பெயர்கள். இப்படித் திரும்பினால் மன்னார் வளைகுடா. அப்படித் திரும்பினால் வங்காள விரிகுடா இடையில் பாக் நீர்முனை. அந்த நீர்முனையில் நின்று போய்விட்ட ஒரு பாலப் பணியை மீண்டும் துவக்கி முடிப்பதற்கான ஒப்பந்தம் அவன் பணிபுரிந்த கம்பெனிக்குக் கிட்டியதும் அதன் நிர்வாகப் பொறுப்பை கம்பெனி அவனுக்கு அளித்தபோது அவன் அடைந்த ஆனந்தத்திற்கு அளவில்லை. எதிரே இருந்த கடலைப்போல் அவனும் ஆர்ப்பரித்தான். இருக்காதா பின்.

முப்பது ஆண்டுகளுக்கு முன் அவன் திருவரங்கம் உயர்நிலைப் பள்ளியில் மாணவர் விடுதியில் தங்கி ஆறாம் வகுப்பு படித்துக் கொண்டிருந்தான். ஊரில் தந்தை ஐயாற்றங் கரையில் உள்ள தோட்டத்தில் உறைக் கிணறு தோண்டுகிறார் என்று கேள்விப்பட்டவுடன் அவன் ஆற்றில் ஊற்று தோண்டும் போதே மண் சரிந்து விழுமே, அப்படியிருக்க கிணறு எப்படி தோண்ட முடியும் என்று ஆச்சரியப்பட்டான். அந்த அதிசயத்தை நேரில் பார்க்க வேண்டும் என்ற ஆவல் உந்த பள்ளியை விட்டு ஊருக்கு ஓடிப் போனான்.

அதுநாள் வரை அன்பையே பொழிந்து வந்த தந்தையும் தனயனும் அவனைத் திட்டி, அடித்து திரும்பவும் பள்ளியில் சேர்த்து விட்டார்கள். அவனால் உறைக்கேணி இறங்குவதைப் பார்க்கவே முடியவில்லை. அவனுக்கு விழுந்த அடியின் வலி அப்போதே போய் விட்டாலும் உறைக்கேணி இறங்குவதைப் பார்க்க முடியவில்லையே என்ற ஏக்கம் நீங்கவே இல்லை.

இப்போது அதைவிட பிரம்மாண்டமான கிணறுகளை நிர்மாணிக்கும் பொறுப்பு அவனுக்குக் கிட்டியதென்றால் அவன் ஆனந்தப்பட்டு அகமகிழ்ந்து ஆர்ப்பரிக்க மாட்டானா?

அந்த ஆனந்தம் அதிக நாட்கள் நீடிக்கவில்லை. மக்கள் மத்தியில் நிலவிய அவநம்பிக்கை இத்தனை நாளாக முடிக்கப்படாத பாலம் இவர்கள் மட்டும் முடித்து விடுவார்களா? இப்போது மட்டும் புயல் வீசாதா? ஏதோ சாபக்கேடு என்ற எண்ணம் மக்கள் மத்தியில் நிலவியது.

பணி துவக்கப்பட்டதை யாரும் கண்டு கொள்ளவில்லை. தடை செய்யப்பட்ட இடம். பார்வையார்களுக்கு அனுமதி இல்லை என்று அறிவிப்பு செய்யச் சொன்னார்கள். பார்வையாளர் களுக்காக ஏங்கிய அவனால் அப்படிப்பட்ட அறிவிப்பைச் செய்ய மனமில்லை.

இதனால் அவன் மேலதிகாரிக்கு அவன் மேல் சற்றே வருத்தம்.

பணியிலும் பல சிக்கல்கள். கட்டுமானப் பொருள்கள் வாங்கச் சென்றால், ‘அந்தப் பாலமா? அந்த வியாபாரம் வேண்டவே வேண்டாம். பழைய காண்ட்ராக்டர் வைத்த பாக்கியே ஆறேழு வருஷமா நிலுவையில் இருக்கே’ என்று குறைப் பட்டார்கள். பொருள்கள் தர மறுத்தார்கள்.

முன் பணம் கட்டி வாங்க வேண்டிய நிலை. அதனால் கம்பெனியிலிருந்து அதிகம் பணம் பெற வேண்டிய கட்டாயம். இதைக் காரணம் காட்டி உயரதிகாரி எந்த ஒரு சிறு வேலையை யும், ‘இது ஒப்பந்தத்திற்கு அப்பாற்பட்டது. தனி பில் போட வேண்டுமென்று’ நிர்ப்பந்திக்க ஆரம்பித்தார். ஒரு ஒப்பந்தக்காரர் குறைந்தபட்சம் இருபது சதமாவது அப்படி பில் போடவில்லை

யென்றால் தொழிலில் இலாபம் பார்க்க முடியாது என அறிவுரை கூறினார். அது அவருடைய உத்தரவு என்றும் சொன்னார்.

ஆனால், அவனோ உள்ளபடியே ஒப்பந்தத்திற்கு அப்பாற்பட்ட பணி என்று தோன்றினால் மட்டுமே அவ்வாறு பில் போடுவேன். மற்றபடி தொட்டதற்கெல்லாம் பில் போட மாட்டேன் என மறுத்தான்.

அதற்கு அவர் கம்பெனியில் காலம் தள்ள வேண்டுமா வேண்டாமா? என பயமுறுத்தினார்.

அதற்கு அவன் அளித்த பதில், "நான் இந்தக் கம்பெனியில் சேர்வதற்கு முன்பே இந்தியக் குடிமகன். இந்தக் கம்பெனி என் வாழ்வுக்கு ஆதரமாக இருப்பது உண்மை. ஆனால், அதற்காக இந்திய அரசின் பணத்தை தகுந்த காரணமில்லாமல் பெற உதவ மாட்டேன்."

திடுக்கிட்டுப்போன அந்த அதிகாரி இதன் அடிப்படையி லேயே அவனை அந்தப் பணியிலிருந்து மட்டுமல்ல, கம்பெனி யிலிருந்தே நீக்கிவிட முடியும் என்பதை நினைவில் கொள்ளும்படி சொன்னார்.

அவனது நல்ல காலமோ என்னவோ அந்த சமயத்தில் ஒரு அரசாணை வெளி வந்தது. அதன்படி தொழிலாளியின் குறைந்தபட்ச ஊதியம் இருமடங்காக்கப்பட்டது. கட்டுமான ஒப்பந்தப்படி ஒப்பந்தத் தொகையில் 25 சதம் தொழிலாளர்களின் கூலி. அரசு குறைந்தபட்ச ஊதியத்தை உயர்த்தினால் அதை ஈடுகட்டும் வகையில் ஒப்பந்தத் தொகை உயர்த்தப்பட வேண்டும்.

அதை மேற்கோள்காட்டி அடுத்த மாத பில் தொகையை 25 சதம் உயர்த்தி அனுப்பினான். அது ஏற்றுக்கொள்ளப்பட்டது. கம்பெனியின் வருவாய் அதிகாரித்ததால் அவன் மீது எந்த நடவடிக்கையும் எடுக்கப்படவில்லை.

மனித மனம் விசித்திரமானது. ஒருவன் மீது ஒரு அபிப்பிராயம் ஏற்பட்டு விட்டால் அதை எளிதில் மாற்றிக் கொள்ள மாட்டார்கள். 'மீன் வரும் வரை காத்திருக்குமாம் கொக்கு' என்பார்களே அதுபோலக் காத்திருப்பார்கள். அவன்

மேலதிகாரியும் அது போலக் காத்திருந்தார். வேண்டாத பெண்சாதி கைபட்டாலும் குற்றம் கால் பட்டாலும் குற்றம் என்பது போல எடுக்கும் எந்த ஒ முடிவுக்கும் குற்றம் காண ஆரம்பித்தார்.

ஈசாப் கதைகளில் ஓநாயும் ஆட்டுக்குட்டியும் என்ற கதை நினைவிருக்கிறதா? ஓநாய் ஆற்றில் நீர் அருந்திக் கொண டிருக்கும் போது ஒரு ஆட்டுக்குட்டி நீர்ப்போக்கில் குடிக்கும் அதைப் பார்த்து ஓநாய் மிரட்டும்.

அதுபோல அவன் தவறு செய்யாத போதும் ஏதோ ஒன்றைக் கூறி விளக்கம் கேட்டார். 'தப்பை ஒப்பென்று தாபித்தலும் ஒப்பைத் தப்பென்று வாதித்தலும்' அதுபோல எதிலும் குறை காண்பவருக்கு உண்மையில் ஒரு தவறு நிகழ்ந்துவிட்டால் கேட்கவா வேண்டும்.

பாலத்தில் பல பகுதிகள் இருந்தன. முற்பகுதியில் அருகருகில் தூண்டுகளும் நடு பகுதியில் நீர்வழிச் செல்லும் கலங்களுக்கு ஆதரவாக நீண்ட இடைவெளியில் தூண்களும் இருந்தன.

இந்த இரு பகுதிகளையும் இணைப்பதற்கான கட்டுமானப் பணியை எவ்வாறு மேற்கொள்ள வேண்டும் என்பதற்கான வரைபடம் ஒன்று தலைமை அலுவலகத்திலிருந்து வந்தது.

அதைப் பரிசோதித்த அவனுக்கு அது நடைமுறைக்கு உகந்ததாகத் தெரியவில்லை. அதை அரசின் கண்காணிப்புப் பொறியியலாளரிடம் விவாதித்தான். அவரும் அந்த வழிமுறையைப் பின்பற்றுவதில் உள்ள இடையூறுகளை உணர்ந்து மாற்று முறையில் பணியை மேற்கொள்ளப் பணித்தார். அதை தலைமை அலுவலகத்திற்கும் தெரிவித்தான். அடுத்த முறை கம்பெனியிலிருந்து வந்த மேலதிகாரி அந்த மாற்றத்தைக் கண்டார். உடனே பொரிந்து தள்ள ஆரம்பித்துவிட்டார். "தலைமை அலுவலகத்திலிருந்து வந்த தாக்கீதின்படி ஏன் பணி நடைபெற வில்லை. நீ உன் இஷ்டப்படி நடப்பதை கம்பெனி அனுமதிக்காது. உன் யோசனையைக் குப்பைத் தொட்டியில் போடு. கம்பெனி இட்ட ஆணைப்படி செய்" என அதட்டினார்.

தலைமை அலுவலகம் காட்டும் வழி அவ்வளவு உசிதமானதாகவும் பாதுகாப்பானதாகவும் இல்லை. அதனால் அரசு கண்காணிப்பு பொறியியாளருடன் கலந்தாலோசித்து அவருடைய அனுமதியோடு இந்த வழிமுறையைப் பின்பற்றுவதாகவும் இது தலைமை அலுவலகம் அறியும் என்று விளக்கிய பிறகும் அவர் ஏற்றுக்கொள்பவராக இல்லை. 'இட்ட கட்டளையை ஏற்க மறுத்தால் விளைவுகளை சந்திக்கத் தயாராக இரு' என்று எச்சரித்துவிட்டு எந்த அரசு அதிகாரிகளையும் சந்திக்காமலேயே கோபாவேசத் துடன் சென்று விட்டார்.

வருவது வரட்டும் அன்று அவன் உறுதியுடன் இருந்தான். அரசு கண்காணிப்புப் பொறியியலாளர் வசம் நடந்ததைத் தெரிவித்தான்.

மறுநாள் அவன் எதிர்நோக்கியபடியே தலைமை அலுவலக த்திலிருந்து தாக்கீது வந்தது 'உடனே நிர்வாக இயக்குனரை சந்திக்கவும்' அவன் மும்பைக்கு பறந்தோடினான். நிர்வாக இயக்குனரின் செயலரிடம் தான் தலைமை அலுவலகம் வந்திருப்பதைத் தெரிவித்துவிட்டு காத்திருந்தான். மாலை நாலு மணிக்கு அழைப்பு வந்தது. சென்றான். எதிரிலிருந்த இருக்கையில் அமர்வதற்கு சைகை காட்டி விட்டு 'வாட்மேன் கம்ப்ளெண்ட்ஃஃஸ் ஆர் போரிங்க் எகன்ஃஃஸ்ட்யு' (என்னப்பா உன் புகார்கள் வந்து குவிந்த வண்ணம் உள்ளன) என்று கூறிவிட்டு, ஒரு கம்பெனி எப்படி நிர்வகிக்கப்படுகிறது. அதன் விதிமுறைகள் என்ன? அதற்கு அனைவரும் கட்டுப்பட்டு நடக்க வேண்டியதின் அவசியம், அப்படி நடக்காவிட்டால் கம்பெனி நிர்வாகம் எப்படி சீர்கெடும் என்பதைப் பற்றி ஒரு பிரசங்கம் செய்துவிட்டு, அவன் இனியும் மேலதிகாரியின் உத்திரவிற்கு கீழ்ப்படாமல் தன்னிச்சையாக செயல்பட்டால் தான் எடுக்க விரும்பாத நடவடிக்கை எடுக்க வேண்டி வரும்' என்று எச்சரித்தார்.

அவன் தன் நிலைப்பாட்டை விளக்க முன்வந்தான்.

ஆனால், அவர் எதையும் கேட்கத் தயாராக இல்லை. மேலதிகாரிக்கு உரிய மரியாதை காட்ட வேண்டும். கம்பெனி விதிமுறைகளுக்குக் கட்டுப்பட வேண்டும் என்று கூறிவிட்டு

அதற்கு மேல் தான் எந்த விளக்கததையும கேட்கத் தயாரில்லை என்று அவனை அனுப்பிவிட்டார்.

அவனுக்கோ எவ்வளவோ பேசவேண்டியிருந்தது. தன்னுடைய செயல்பாடுகளை விளக்கிக்கூற வாய்ப்பில்லாமல் போய்விட்டதே. மரியாதை, கௌரவம் என்பதெல்லாம் ஒருவரின் நடத்தையால், செய்கையால் பெற வேண்டுமேயன்றி அதிகார பலத்தால் அல்ல. விதிமுறைகள் பின்பற்றப்பட வேண்டியவையே. ஆனால், தவறான உத்தரவு வந்தால் அதைஅப்படியே ஏற்றுக்கொள்வது முறையல்லவே. அதிலுள்ள குறைகளை நீக்கத்தான் வேண்டும். என்னென்னவோ எண்ணங்கள் அவன் மனத்தில் அலைமோதின. ஆனால் எதையும் எடுத்துச் சொல்ல வாய்ப்பில்லாமல் போய்விட்டதே என்ற ஏக்கத்துடனும் விரக்தியுடனும் ஊர் திரும்பினான்.

பணியிடத்திற்கு வந்து பல வேலைகளை முழு வீச்சுடன் நடந்து கொண்டிருந்ததைக் கண்டவுடன் விரக்தி பறந்தோடியது.

கண்காணிப்புப்பொறியியலாளர் அளித்த ஆதரவும் ஒத்துழைப்பும் அவனை உற்சாகப்படுத்தின.

தலைமை அலுவலகத்தில் நடந்த எல்லாவற்றையும் அவன் மறந்து விட்டான். தன்னுடைய பணிக்கு தான் தலைவன் இட்ட பணியை செவ்வனே முடிப்பதே அவன் குறிக்கோள். கருமமே கண்ணாக இருந்தான். தொழிலாளர்களை ஊக்குவித்து உற்சாகப் படுத்தி குறித்த காலத்தில் பாலத்தின்மீது பயணம் செய்வதற்கான வாய்ப்பை ஏற்படுத்தினான்.

உத்தமர் காந்தி தோன்றிய நன்னாளில் பாலம் திறக்கப்பட வேண்டும். நாட்டின் பிரதமரே பாலத்தைத் திறந்து வைக்கவிருக் கிறார் என்று அரசு முடிவெடுத்தது. அதற்கு பதினைந்து நாட் களுக்கு முன்னதாகவே பாலம் தயாராகிவிட்டது என்று தலைமை அலுவலகத்திற்கும் நிர்வாக இயக்குநருக்கும் செய்தி அனுப்பி னான்.

உடனே நிர்வாக இயக்குனரிடமிருந்து தான் பாலத்தை பார்வையிட இருப்பதாக தகவல் வந்தது. அடுத்த நாளே அவர் வந்தார். நிர்வாக இயக்குநர் என்ற மிடுக்குடன், பாலத்தின் எல்லா

பகுதிகளையும் பார்வையிட்டார். அவர் ஒரு நிர்வாக இயக்குநர் மட்டுமல்ல, தேர்ந்த பொறியியல் வல்லுனரும்கூட, அதனால் அவர் தலைமை அலுவலகம் காட்டிய வழியில் அவன் செல்லவில்லை என்பதை உணர்ந்து கொண்டார். தலைமை அலுவகத்திற்கு வரவழைத்து அறிவுரை கூறி பின்னர் அச்சுறுத்தியும் அவன் கேட்கவில்லையே என்ற கோபம். அவன் பாலத்தை வெற்றிக்கரமாக குறிப்பிட்ட காலத்துக்குள் முடித்தமைக்கு எந்த பாராட்டும் தெரிவிக்காமல் மாறாக புறப்படும் போது, 'நான் அவ்வளவு கூறியும் என்னையும் மீறி நீ உன் வழியே சென்றதன் காரணம் என்ன?' என்று கேட்டார்.

அவன் அளித்த பதில், "நீங்கள் தீர்மானித்த தண்டனையை ஏற்றுக்கொள்ள நான் தயார். என் வேலை போகும். என்னால் வேறு வேலை தேடிக் கொள்ள முடியும். ஆனால் தலைமை அலுவலகம் காட்டிய வழிமுறையைப் பின்பற்றியிருந்தால் அந்த இணைப்புப் பகுதி கட்டும்போது, பாலம் இடிந்து விழுந்திருக்கும். அதனால் கம்பெனிக்கு நீங்காத அவப்பெயர் ஏற்பட்டிருக்கும். இந்த இடத்தின் சாபக்கேடு இந்தப் பாலம் எப்போதும் கட்டி முடிக்கப்படாமலேயே இருக்கும் என்று மக்கள் சொல்வார்கள். ஒரு புண்ணிய பூமி நாட்டுடன் தரை வழியாக இணைக்கப் படாமலேயே போயிருக்கும்."

ஒரு கணம் திகைத்த அவர் அவனை ஆரத் தழுவிக் கொண்டு காதோடு காதாக, "உன் காலில் விழுந்து வணங்க வேண்டும். ஆனால் இடம், பொருள், ஏவல் கருதி உன்னை தழுவிக் கொள்கிறேன்" என்று கூறி கண்ணிரில் நீர் மல்கினார்.

⚪

24

அகத்தூய்மை

அந்தப் பேராசிரியர் தன்னந்தனியாக அமர்ந்திருந்தார். கடற்கரைச் சாலையின் மருங்கில் அமைந்த நடை பாதையின் கட்டைச் சுவரில்தான் அமர்ந்திருந்தார். வழக்கமாக கூடும் ஏழெட்டு நண்பர்கள் யாரும் இன்னும் வரவில்லை. அதனால் அவர் இன்று சற்று முன்னதாகவே வந்து விட்டார் போலும். அதனால் தான் நண்பர்கள் யாரும் இன்னும் வரவில்லையோ? குறுக்கும் நெடுக்குமாக தடி ஊன்றி நடந்து யாசிக்கும் உலகளந்த பெருமாளைக்கூட காணவில்லையே!

தன்னந்தனியாக அமர்ந்திருந்ததால் மனதில் எண்ணங்கள் அலை பாய்கின்றன. அவர் ஒரு பொருளாதாரப் பேராசிரியர். கொல்கத்தாவில் இரண்டு நாட்களாக ஒரு சர்வதேச கருத்தரங்கு. 'வளர்ந்து வரும் எற்றத் தாழ்வுகள்' என்ற பொருளில் ஆய்வு செய்து கொண்டிருக்கும் நிபுணர்களின் கலந்துரையாடல். அதில் கலந்து கொள்வதோடு ஒரு சிற்றுரையையும் ஆற்ற வேண்டி அவர் கொல்கத்தா சென்றிருந்தார்.

புறப்படுவதற்கு முன்னதாக அன்று காலை அவர் பால்பூத்திற்குச் சென்றார். பெரிய பேராசிரியர் என்றாலும் தன் வீட்டுத் தேவைகளை அவரேதான் கவனித்துகொள்வார். யாருடைய துணையையும் நாடமாட்டார். பழைய கார்டுகளைக்

கொடுத்து புதிய கார்டுகளை வாங்கினார். 2140 ரூபாய் கொடுக்க வேண்டும். அவர் ஐந்து ஐநூறு ரூபாய் நோட்டுகளைக் கொடுத்தார். கார்டு கொடுத்த அலுவலர் நோட்டுகளை ஒவ்வொன்றாக எடுத்து மேலும் கீழுமாக நகர்த்தி அசலா போலியா என்று பரிசோதித்துப் பார்த்து பிறகு ஒன்றிற்கு இருமுறையாக எண்ணி உரிய அடுக்கில் வைத்தார். பாக்கி ரூ.360 என்று குறித்துக் கொண்டார். ஒரு 50 ரூ நோட்டையும் ஒரு 10 ரூ நோட்டையும் கொடுத்துவிட்டு மீதி 300 என்று சொல்லிக்கொண்டே மூன்று நோட்டுகளைக் கொடுத்தார். பேராசிரியர் வாங்கிப் பார்த்தார். அதில் இரண்டு நூறு ரூபாய் நோட்டுகளும் இடையில் ஒரு ஐநூறு ரூபாய் நோட்டும் இருந்தது. அவர் உடனே 'ஐயா முன்னூறு ரூபா தான் கொடுக்கணும் எழுநூறு கொடுத்திருங்கீங்க' என்று சொல்லி மூன்று நோட்டுகளையும் அவரிடம் கொடுத்தார். அந்த அலுவலர் 'அச்சச்சோ ஐநூறு ரூபா நோட்டை நூறு ரூபா அடுக்கிலெ வெச்சுட்டேனா' என்று சொல்லிக் கொண்டே ஐநூறு ரூபா நோட்டை சரியான அடுக்கில் வைத்து விட்டு மூன்று நூறு ரூபா நோட்டுகளைக் கொடுத்தார். 'நீங்களும் சரியா பாக்காமெ போயிருந்தா நாநூறு ரூபா என் தலேலெ விழுந்திருக்கும். ரொம்ப தேங்க்ஸ் சார்' என்று நா தழுதழுக்க நன்றி கூறினார்.

இது ஒரு அற்ப சம்பவம்தான். ஆனால் அன்று மாலை கொல்கத்தாவில் நடந்த சம்பவம்தான் அவரை இந்தச் சம்பவத்தை நினைக்க வைத்தது. கருத்தரங்கில் முதல் நாள் நிகழ்ச்சிகள் முடிவுற்று இரவு கலை நிகழ்ச்சிகளும் விருந்தும்தான் நடக்க வேண்டும். மூன்று மணி நேரப் பயணம், நான்கு மணி நேரம் தொடர்ந்து அமர்ந்து நிகழ்ச்சிகளில் கலந்து கொண்டது அவரைச் சற்றே சோர்வுறச் செய்திருந்தது. அதனால் மேற்கொண்டு நிகழ்ச்சிகளில் கலந்து கொள்ளாமல் அரங்கை விட்டு வெளியே வந்தார். பெரும்பாலும் ஹோட்டல்களில்தான் கருத்தரங்கம் நடக்கும். அங்கேயே தங்குவதற்கும் ஏற்பாடு செய்வார்கள். இந்த நிகழ்வு சயின்ஸ் சிட்டியில் நடந்ததால், இங்கே தங்க வசதி இல்லாததால் ஹோட்டலில் ஏற்பாடு செய்திருந்தார்கள்.

அரங்கிற்கு வெளியே வந்து ஒரு டாக்சியை அழைத்தார். சால்ட் லேக் சிட்டியில் உள்ள ஹோட்டலின் பெயரைச் சொன்னவுடன் டிரைவர் 'இருநூறு ரூபாய்' என்றார். சென்னையில்

இருநூறு ரூபாய்க்கு டாக்சி எங்கே கிடைக்கிறது? அவர் உடனே 'சரி' என்று அமர்ந்து கொண்டார். அந்த டிரைவர் பெரிய வாயாடியாக இருந்தார்.

முதலில் அரங்கில் என்ன நடக்கிறது என்று விசாரித்தார். பேராசிரியரும் சற்று விரிவாகவே கருத்தரங்கத்தைப் பற்றிச் சொன்னார். பிறகு எங்கிருந்து வருகிறீர்கள் என்று கேட்டார். 'சென்னையில் இருந்து' என்று சொன்ன உடனே 'அய்யாவைப் பாத்தாலே தெரியுது சென்னைவாசின்னு' தனது ஞானத்தைத் தானே மெச்சிக்கொள்வது போலச் சொல்லி பேச்சைத் தொடர்ந்தார்.

'எம்மாந் தூரம். வர ரொம்ப செலவாவுமே!' நிரம்பக் கவலைப்படுபவர் போலப் பேசினார். பேராசிரியரோ மிகுந்தப் பெருமையுடன் 'நிகழ்ச்சியை நடத்துபவர்களே போக வர ப்ளேன் டிக்கெட் அனுப்பினார்கள்' என்றார்.

டிரைவர் விடுவதாக இல்லை. 'இருந்தாலும் ஹோட்டலில் தங்க சாப்பிட கூட ஜாஸ்தி செலவு பிடிக்குமே!' என்று கவலைப்பட்டார். 'அதற்கும் கூட அவர்களே பொறுப்பு' பேராசிரியர் சளைக்காமல் பதில்சொன்னார்.

'இந்த டாக்சி சார்ஜ் கூடவா?' டிரைவர் ஆச்சரியத்தோடு கேட்டார்.

'கேட்டால் கொடுப்பார்கள். ஆனால் நான் இதையெல்லாம் கேட்க மாட்டேன்' பேராசிரியர் தன் பெருந்தன்மையை காட்டிக் கொண்டார்.

டிரைவர் பேச்சை நிறுத்தவில்லை 'இதெ நடத்தரவங்க பெரிய கோடீஸ்வரங்களா? அவுங்க யாரு?' எனக் கேட்டார்.

'மத்திய அரசின் நிதி இலாகா. யுனிவர்சிட்டி கிராண்ட்ஸ் கமிஷன், மற்றும் பல்வேறு நிதி நிறுவனங்கள்' பேராசிரியர் பொறுமையோடு பதில் சொன்னார்.

டிரைவர் எதையோ புரிந்து கொண்டவர் போல 'ஓஹோ எல்லாம் சர்க்கார் பணம் தானா! ஜனங்க சொல்றது சரிதான் போலே. இந்தப் பெட்ரோலுக்குக் கொடுக்கற காசுலெ பாதி வரி தானாமே' என்று தனக்குள்ளேயே பேசிக் கொள்வது போலப்

பேசிவிட்டு உடனே 'ஸாப் ஆப்கா ஹொட்டல் ஆஹயா' என்று வண்டியை நிறுத்தினார்.

டாக்சியின் உள்ளே விளக்கு மங்களலாக எரிந்தது. பேராசிரியர் பர்சைத் திறந்து இரண்டு நோட்டுகளை எடுத்துக்கொடுத்தார். டிரைவர் நோட்டுகளை வாங்கிப் பார்த்து சற்றே திகைப்படைந்தவர் போலிருந்தார். திடீரென ஏதோ உணர்ந்து கொண்டவர் போல 'சார் இந்த நோட்டு கொஞ்சம் கிழிஞ்சி இருக்கு வேறெ கொடுங்க' என்று சொல்லி ஒரு நோட்டைக் கொடுத்தான்.

நோட்டு ஓரத்தில் லேசாகக் கிழிந்திருந்தது. சரியென்று வாங்கிக்கொண்டு வேறொரு நோட்டைக் கொடுத்தார் பேராசிரியர். டிரைவர் அதையும் வாங்கி மேலும் கீழுமாகப் பார்க்கிறான். கீழே கொண்டு போய் திரும்பி மேலே கொண்டு வந்து 'சார் இதுவும் கிழிஞ்சி இருக்கு வேறெ கொடுங்கோ' என்றான். பேராசிரியர் அதையும் வாங்கிப் பரிசோதித்துவிட்டு வேறு ஒரு நோட்டு கொடுக்கிறார்.

'எங்க சார் இதெ வாங்கினீங்க. இதிலெயும் கிழிசல். சரி நான் எப்படியோ சமாளிச்சிக்கிறேன்' என்று பேராசிரியருக்காக அனுதாபப்படுவது போலப் பேசிவிட்டு பயணமானான்.

அறைக்குப் போய் களைப்பு நீங்கக் குளித்தார் பேராசிரியர். இரவு உணவுக்கு ஆர்டர்கொடுத்த பின்னர் பர்சைத் திறந்து பார்த்தார். நோட்டுகளை எண்ண எண்ண அவருக்கு அதிர்ச்சி. மூன்று நூறு ரூபாய் நோட்டுகள் அதிகம் இருக்கின்றன. மூன்று ஐநூறு ரூபாய் நோட்டுகள் குறைகின்றன. அவருக்கு 1200 ரூபாய் நஷ்டம். அது கூட அவருக்குப் பெரிதாகத் தோன்றவில்லை. ஒரு சாதாரண டாக்சி டிரைவர் பெரிய பொருளாதார நிபுணராகக் கருதப்படும் பேராசிரியரை எளிதாக ஏமாற்றி விட்டானே என்ற மனத்தாங்கல். வெளியில் தெரிந்தால் வெட்கக் கேடு.

தனிமையில் இருந்ததால் அவர் மனம் பால் கூப்பன் வாங்கும் போது நடந்ததையும் பிறகு அன்று மாலை கொல்கத்தா டாக்சி டிரைவரிடம் ஏமாந்ததையும் மீண்டும் மீண்டும் அசை போட்டவாறு இருந்தது. அப்போது அங்கு வந்த சரித்திரப் பேராசிரியர் 'என்ன சார். ரசகுல்லா கொண்டு வரலியா? அது தான்

ஏதோ தியானம பன்றாப்லெ பாவ்லா பன்றீரா?' என்று கிண்டலடித்தார்.

'ஏர்போர்ட்டில் ரெண்டு டின் வாங்க ஹல்திராம் கடைக்கப் போனேன். அங்கே ரசகுல்லாஸ் நாட் அல்லவ்டு இன் ஹாண் பேக்ஸ்னு கொட்டை எழுத்தில் போட்டிருந்தான். அதனாலெ வாங்கலெ' பொருளாதாரப் பேராசிரியர்.

'பரவாயில்லெ இங்கே சாஸ்திரி நகரிலேயே விக்குது. நாளெ மறந்துடாமெ வாங்கிட்டு வாங்க' சரித்திரப் பேராசிரியர்.

அதற்குள் கணிதப் பேராசிரியர் அங்கு வந்து 'திரும்பிப் பாருங்க பீச் எவ்வளவு சுத்தமா இருக்கு. ஃஸ்வட்ச் பாரத் கீ ஜே' என்றார். அவர் முடிப்பதற்குள் தத்துவப் பேராசிரியர் அங்கு வந்து 'தூய்மை புறதில் மட்டுமல்ல அகத்திலும் வேண்டும்' என்று தத்துவம் பேசினார்.

அந்த சமயம் பார்த்து உலகளந்தப் பெருமாள் தடியை ஊன்றிக்கொண்டு வந்து 'எங்கே அய்யாவெ ரெண்டு நாளாக் காணாம்' என்று கேட்டுக்கொண்டே பொருளாதாரப் பேராசிரியர் முன்பு நின்றார். அவர் 'நான் ஊர்லெ இல்லப்பா' என்று சொல்லி சட்டைப்பையிலிருந்து இரண்டு நாணயங்களை எடுத்து வழக்கம் போல அவரிடம் கொடுத்தார். கைகூப்பி வணங்கிய பின் நாணயத்தைத் தடவிப் பார்த்து 'அய்யா இது வழக்கமா நீங்க கொடுக்கற ரெண்டு ரூபாக் காசில்லிங்க. அஞ்சு ரூபாக் காசுங்க. இப்பல்லாம் ஒத்த ரூபா, ரெண்டு ரூபா, அஞ்சு ரூபா காசக் கெல்லாம் வித்தியாசமே தெரியலிங்க' என்று விமரிசித்து அந்த நாணயங்களை அவரிடமே திருப்பிக்கொடுக்க எத்தனித்தார்.

'இல்லப்பா வச்சுக்கோ' என்றார் பொருளாதாரப் பேராசிரியர்.

'நளெயும் மறு நாளும் மனசு அஞ்சு ரூபா காசுக்கு ஏங்கும். வேண்டாம்' என்று திரும்பவும் மறுத்தார் உலகளந்த பெருமாள்.

'இனிமே உனக்கு தினமும் இரண்டு ஐந்து ரூபா காசு தான்.'

'அய்யா மவராசனா இரு' என்று வாழ்த்திக்கொண்டே நகர்ந்தார் பெருமாள்.

தத்துவப் பேராசிரியர் எல்லோரையும் செருக்குடன் பார்த்து புன்னகைத்தார்.

○

25

அம்மாவின் பார்வையில்

அம்மாவா அப்படிச் சொன்னார்கள்? அந்த நாட்களில் ஒவ்வொரு இரவிலும் சத்தியவான் சாவித்திரி, நளாயினி, அரிச்சந்திரா என்று கதைகளைச் சொல்லி உறங்க வைத்த அம்மாவா அப்படிச் சொன்னார்கள்?. இது காந்திமகானுக்குப் பிடித்த கதை என்று அரிச்சந்திராவின் கதையை திரும்பவும் திரும்பவும் சொல்லும் அம்மாவா! அரிச்சந்திரனைப் போல எத்தனை இடர்கள் வந்தாலும், எத்தனை சோதனைகள் வந்தாலும் உண்மையையே பேச வேண்டும் என்று போதனை செய்த அம்மாவா அப்படிச் சொன்னார்கள்?

அம்மா அப்படி என்ன சொன்னார்கள் என்று கேட்கிறீர்களா? சற்று விளக்கமாகவே சொல்கிறேன். எங்கள் வீட்டுக்கு தாத்தா ஒரு முறை வந்திருந்தார். அவர் ஒரு வைஷ்ணவ சிரேஸ்டர். குரு பரம்பரப் பிரபாவம் எழுதிய மகான். சேட்லூர் நரசிம்மாச்சாரியாரின் சீடர் பரம்பரை. திருவஹீந்திர புரத்தில் சில காலம் தங்கி ஸ்ரீமத் நிமகாந்த மகாதேசிகர் வழித்தோன்றல்களிடம் வேத ரகசியங்களைக் கற்றுணர்ந்தவர். புஜங்களில் சங்கு சக்கர முத்திரை பதித்து தீட்சை பெற்றவர். நித்ய அனுஷ்டானங்களை கடைப்பிடிப்பவர். எப்பேர்ப்பட்ட மகானாயிருந்தாலும் பிள்ளைப் பாசம் இல்லாமலா போய்விடும்? பெண் வீட்டிற்குப் போய் சில நாட்கள் தங்க வேண்டும் என்ற ஆசை இருக்காதா? இல்லாவிட்டாலும் மகள் வருந்தி வருந்தி

அழைக்கிறாளே அவளுக்கு ஏன் குறை வைக்க வேண்டும் என்று தோன்றாதா?

தாத்தா எங்கள் வீட்டிற்கு வந்து சேர்ந்தார். வீட்டிலேயே வந்து தங்கினாலும் தனியாகவே அவர் தளிகை செய்துகொள்வார். தீட்சை பெற்றவரல்லவா! அதனால் அப்படித் தான். தளிகைக்கு வேண்டிய மளிகை சாமான்கள் பால் பழம் தனியாக எடுத்து வைக்க வேண்டும். பால் பசும்பாலாக இருக்க வேண்டும். அதுவும் கன்று சுவைத்து சுரந்த பாலாக இருக்க வேண்டும். கன்று இறந்த மாட்டின் பாலை அருந்த மாட்டார். அது ஒரு நியதி. அதைக் கண்டிப்பாக கடைப்பிடிக்க வேண்டும்.

தாத்தா வருவதற்கு சில தினங்களுக்கு முன் எங்கள் வீட்டுப் பசு கன்று ஈன்றிருந்தது. ஆனால் துர்பலமாக கன்று இறந்து விட்டது. கன்று இறந்துவிட்டால் என்ன? மடியில் பால் சுரக்கத்தானே செய்கிறது. அதனால் அம்மா காலையிலும் மாலையிலும் பால் கரந்து உபயோகித்து வந்தார்கள். ஆனால் தாத்தாவுக்கு அதைக் கொடுக்க முடியாதே. அதனால் பக்கத்துப் பால்காரர் வீட்டிலிருந்து பால் வாங்கிக் கொடுக்க வேண்டும். ஆனால் அம்மா என்ன சொன்னார்கள் தெரியுமா? அந்த வீட்டுப் பாலெல்லாம் சுத்தமான பசும் பாலாக இருக்காது. அதனால் நான் எங்கள் வீட்டுப் பாலை கொல்லை வழியாக வெளியே கொண்டுபோய் திரும்பி வாயில் வழியாக வந்து எதிர் வீட்டுப் பால் என்று கூறி தாத்தாவிடம் தரவேண்டுமாம். அம்மா சொன்னர்கள்.

அம்மா தான் அப்படிச் சொன்னார்கள். இது காந்தி மகானுக்குப் பிடித்த கதை என்று அரிச்சந்திராவின் கதையை திரும்பவும் திரும்பவும் சொல்லும் அம்மாவா! அரிச்சந்திரனைப் போல எத்தனை இடர்கள் வந்தாலும், எத்தனை சோதனைகள் வந்தாலும் உண்மையையே பேச வேண்டும் என்று போதனை செய்த அம்மாவா அப்படிச் சொன்னார்கள்?

எப்பேர்ப்பட்ட அம்மா! சிறு குழந்தையாக இருந்தபோது மற்ற குழந்தைகளைப் போல கை வீசம்மா கை வீசு கடைக்குப் போகலாம் கை வீசு என்று பாடாமல், கண்ணாமூச்சி காட்டுத் தொளசி ஆடாமல் மறைந்தாரே பண்டிதர் மறைந்தாரே என்று ஜவஹர்லால் நேரு மறைந்த போது இரங்கல் பாட்டு பாடியதாக முன்னர் ஒரு கூறிய அம்மா தான் அப்படிச் சொன்னார்கள்.

ஐந்திற்கு இரண்டு பழுதில்லை என்பார்கள். அம்மாவுக்கு ஐந்து குழந்தைகள் பிறந்தாலும் எஞ்சி நின்றது இரண்டு குழந்தைகள். ஒவ்வொரு குழந்தை இறந்தபோதும் அம்மா பட்ட துயரம் சொல்லிமாளாது. அப்பொழுதெல்லாம் நளாயினி கதை சொல்வார்கள். நளாயினி அனுபவித்த துன்பங்கள் தானும் அனுபவிப்பதாக சொல்லாமல் உணர்த்துவார்கள்.

அதிகாலையில் விடிவெள்ளி முளைத்த சற்று நேரத்திற் கெல்லாம் எழுந்து முன்னிரவு வரை ஓயாத வேலை. கிராமத்து விவசாயி வீட்டில் வேலைக்கா பஞ்சம்! அவ்வளவு வேலைகளை செய்து முடித்த பிறகும் எங்களுக்கென்று கூடைகூடையாய் கைமுறுக்கும் பொரிவிளங்காய் உருண்டையும் செய்வார்களே அந்த அம்மா தான். அத்தனைக்கும் பிறகு படுக்கும் முன் கதை சொல்வார்களே அந்த அம்மா தான்.. அரிச்சந்திரனைப் போல எத்தனை இடர்கள் வந்தாலும், எத்தனை சோதனைகள் வந்தாலும் உண்மையையே பேச வேண்டும் என்று போதனை செய்த அம்மா தான் அப்படிச் சொன்னார்கள்.

நான் அதிர்ந்து போனேன். அதுவும் பெற்ற தந்தைக்கே இப்படி ஒரு துரோகமா? அதற்கு நானே துணை போவதா? மனம் அலைமோதியது. முடியாது மாட்டேன் என்று எதிர்க்க நினைக்கிறது ஒரு கணம். ஆனால் அடுத்த நொடி என்ன இருந்தாலும் தாய்ச் சொல்லைத் தட்ட முடியாமல் தவிக்கிறது. அல்லும் பகலும் எங்களுக்காக உழைத்த அம்மா. பகலெல்லாம் பலகாரம் செய்து கொடுத்த அம்மா. இரவுகளில் கதைகள் சொல்லி உறங்க வைத்த அம்மா.

நீண்ட தர்க்கத்துப் பின் அம்மா சொன்னபடி வீட்டுப் பாலையே கொல்லைப் புற வழியாகக் கொண்டுபோய் திரும்ப வாசல் வழியாக வந்து தாத்தாவிடம் சேர்ப்பித்தேன். ஆனால் அதன் பிறகு என் மனம் பட்ட பாடு. அதை எழுத்தில் வடிக்க இயலாது. இருந்தாலும் அகத்தின் அழகு முகத்தில் தெரியத்தானே செய்யும். என் வேதனையை முகத்திலிருந்தே புரிந்துகொண்ட அம்மா என்னை அழைத்து அன்போடு அணைத்து விரிவாக கதை சொல்வது போல பேசினார்கள்

"நம்முடைய வேதங்களை, புராணங்களை, இதிகாசங்களை, அன்றாட அனுஷ்டானங்களை, அன்றாடம் கடைப்பிடிக்க

வேண்டிய நியமனங்களை எல்லாம் நம் முன்னோர்கள் வகைப்படுத்தியுள்ளனர். அவர்கள் எல்லோருமே புருஷர்கள் போலும். பெண்களின் உணர்வுகளையும் வேதனைகளையும் சரியாக அறிந்திலர் போலும். இருந்தாலும் அவர்கள் பசுவை கோமாதாவாக வழிபட வைத்தார்கள். சகல சுப காரியங்கள் தொடங்கும் முன்னால் கோ பூஜை செய்விக்க வைத்தனர். ஆனால் கன்றை இழந்த பசுவின் பாலைப் பயன் படுத்தக் கூடாது என்ற நியதியை யார் கொண்டு வந்தார்களோ தெரியவில்லை. அது கன்றை இழந்த பசுவுக்கு எவ்வளவு பெரிய தண்டனை. சுரக்கின்ற பாலைக் கரக்காவிட்டால் அதன் மடி படும் வேதனை சொல்லி மாளாது. அதை அனுபவித்தவர்கள் தான் உணர்வார்கள்.

“நான் அந்த வேதனையை அனுபவித்தவள். உனக்குத்தான் ஏற்கனவே சொல்லி இருக்கிறேனே. எனக்கு ஒரு முறை அல்ல இரு முறை அல்ல மூன்று முறை குழந்தை பிறந்து உடனே இறந்து விட்டது. அப்போதெல்லாம் பால் சுரந்து மார்பு கனத்து தினவு எடுக்கும். அப்படியே வெடித்துச் சிதறிவிடுவதைப் போல ஒரு வலி. யாருக்கும் தெரியாமல் பாலைப் பீச்சி எடுத்தால் தான் வலி நிற்கும். எத்தனை முறை அனுபவித்தேன் அந்தத் துன்பத்தை. அய்யோ வேண்டாம் அந்த வேதனை குழந்தயை ஈன்ற எந்த தாய்க்கும்.

“கன்றை இழந்த பசுவின் பாலைக் கரக்காமல் விடக்கூடாது. அது அந்தப் பசுவிற்கு அளவற்ற துன்பத்தைக் கொடுக்கும். அந்தப் பாவத்தை யாரும் செய்யக்கூடாது. அப்படிக் கரந்த பாலை உபயோகிக்கக்கூடாது என்று எந்தப் புண்ணியவான் நியமித்தது என்று தெரியவில்லை. அது எனக்கு சரி என்றே படவில்லை. அது சுத்தமான பசும் பால். அதை உபயோகிக்காமல் பக்கத்து வீட்டுப் பால், அது சுத்தமான பசும் பால் என்பதற்கு எந்த வித உத்தரவாதமும் இல்லை. அப்படியிருக்க அந்தப் பாலை பயன் படுத்துவதும் தப்பு தானே. அதற்கு நம் வீட்டு சுத்தமான பசும்பாலே மேல்.”

அம்மாவின் பார்வையில் யாரும் எந்தத் தவரும் செய்ய வில்லை.

OOO